நிழல்கள்

முதற்பதிப்பு: 2023

First Edition: 2023

Nizhalgal

நிழல்கள்

Vaasanthi

வாஸந்தி

ISBN: 978-93-5695-100-6

Pustaka
EBooks | Audiobooks | Paperback

Pustaka Digital Media Pvt. Ltd.
#7-002, Mantri Residency,
Bannerghatta Main Road, Bengaluru - 560 076
Karnataka, India

+91 7418555884

நிழல்கள்

வாஸந்தி

Pustaka
EBooks | Audiobooks | Paperback

அத்தியாயம் 1

எங்கோ தொலைவில் காலைப் பிரார்த்தனைக்காக ஒலிக்கும் 'சர்ச்'சின் மணியோசை கேட்கிற மாதிரி இருந்தது. கண்கள் இமை பிரியுமுன் மனசு விழித்துக்கொண்டு, 'ஓ! விடிந்து விட்டதா' என்று ஆயாசப்பட்டது. முந்தைய இரவு பன்னிரண்டு மணிவரை நடந்த 'வெரைட்டி என்டர்டெய்ன்மென்ட்'டினால் ஓய்ந்துப்போன உடம்பு, இவ்வளவு சீக்கிரம் எழுப்பாதேயேன் என்று கெஞ்சிற்று.

சுதா மெல்லக் கண்ணைத் திறந்து பார்த்தாள். பக்கத்துக் கட்டிலில் லீனா ஒரு மூட்டை மாதிரி ரஜாய்க்கடியில் முடங்கிக் கிடந்தாள். சாதாரண நாட்களிலேயே 7-30 மணிக்கு முன்னால் எழுந்திருக்க மாட்டாள். இன்றைக்கு அவசரப்படப் போகிறாளா?

சுதா சோம்பலை முறித்தபடி எழுந்தாள். ரஜாயின் கதகதப்பிலிருந்து வெளியே வந்ததுமே குளிர் நடுக்கிற்று. ஸாக்ஸ் அணிந்த பாதத்தை ஸிலிப்பரில் நுழைத்தபடி ஒரு சால்வையைப் போர்த்திக்கொண்டு ஜன்னலின் திரையை விலக்கிப் பார்த்தாள். பனிப் போர்வையைக் கிழித்துக் கொண்டு கிளம்பும் சூரிய கிரணங்களைப் பார்க்கும்போது மனசில் ஒரு சிலிர்ப்பேற்படுகிற மாதிரி இருந்தது. ஹாஸ்டலை ஒட்டினாற்போல் இருக்கும் அந்தச் சின்னக் கால்வாய், சாதாரணமாக இருக்கிற இடமே தெரியாமல் ஓடும்

கால்வாய், இப்பொழுது சூரியஒளியில் வெள்ளித்தகடு மாதிரி தெரிந்தது. பனித்துளி பளபளக்கும் புல்தரையும் லேசான காற்றில் உல்லாசமாகச் சிரிக்கும் விதவிதமான பூக்களும் கண்கொள்ளாக் காட்சியாக இருந்தது.

சுதா சிறிதுநேரம் யோசனையுடன் பார்த்தபடி நின்றாள். இத்தனை அழகான உலகத்தில் விகாரமானது மனிதனின் மனசுதான் என்று தோன்றிற்று. இயற்கையைக் கவனிக்க நேரமில்லாததாலேயே விகாரமாகிப்போனது மனசு. நிற்க நேரமில்லை. சிந்திக்க நேரமில்லை. நேரம் இருப்பதெல்லாம் சுயநலத்துக்குத்தான். அதற்கு எதையும் பணயமாக்கிக் கொள்ள யாரும் தயங்குவதில்லை.

அவள் குளியலறைக்குச் சென்றபோது சங்கரன் வெந்நீரைத் தயாராக வைத்துக்கொண்டு, "சுதா அம்மா, சுடுவெள்ளம் ரெடி" என்றான்.

அவளைக் கண்டதும் தினமும் சொல்லிக்கொண்டு வருகிறான் ஆறு மாதமாய் சுப்ரபாதம் மாதிரி.

"தாங்க்ஸ்!" என்று சுதா சிரித்தாள்.

கேரளத்தைச் சேர்ந்தவன். அவளை மாதிரி தினமும் இந்த ஷில்லாங் குளிரைக் கண்டு பயப்படாமல் குளிப்பவன். தன்னைப்போல் தினமும் சுதா குளிக்க விரைவதைக் கண்டு அகமகிழ்ந்து அவள் எழுந்திருந்து வருகையிலேயே வெந்நீரைத் தினமும் தயாராக வைத்துவிடுகிறான். பத்து வருஷமாக இங்கு வேலை பார்க்கிறானாம். இதுவரை இவ்வளவு அதிகாலையில் யாரும் இங்கு குளித்துப் பார்க்கவில்லையாம்.

"ஆ, இவரும் மனுஷரா?" என்று உள்ளூர்க்காரர்களைக் கேலி பண்ணுவான்.

அப்படியிருப்பவன் இங்கு ஒரு காஸீ வகுப்பைச் சேர்ந்த பெண்ணை மணம் செய்துகொண்டு வாழ்கிறான்.

சுதாவுக்கு வேடிக்கையாக இருக்கும்.

"அவளுக்குக் கேரளச் சமையலையெல்லாம் சொல்லிக் கொடுத்திருக்கிறாயா?" என்று கேட்டாள்.

"கேரளச் சமையலா? அதெல்லாம் மறந்து எத்தனையோ ஜன்மமாச்சு!" என்று அவன் சிரித்தான்.

கேரளச் சமையலையும் தெற்கின் வெப்பத்தையும் மறந்து இந்தக் கண்காணாத இடத்தில் அவன் எப்படிச் சந்தோஷமாக இருக்கிறான்? அவற்றைவிட முக்கியமான எந்த உணர்வு அவனை இங்கே இந்த 'காஸீ'ப் பெண்ணிடம் ஈர்க்கிறது?

அது அவளுக்குப் புரியாத புதிராக இருந்தது.

சுதா சட்டென்று விழித்துக்கொண்ட மாதிரி நிமிர்ந்தாள். கூடாது. இந்த மாதிரி சிந்தனைகளுக்கு உரமிடக் கூடாது. இத்தனை ரம்யமான காட்சியைக் கண்ட பிறகும் மனத்தில் அவலக்குரல் எழுப்பக் கூடாது.

சால்வையை மடித்து படுக்கையையும் ஒழுங்குபடுத்திவிட்டு முழுக்கை ஸ்வெட்டரை அணிந்துக்கொண்டு குளியலறைக்குக் கிளம்பினாள். இப்பொழுது போனால்தான் சந்தடியில்லாமல் இருக்கும். வெந்நீரும் சுலபமாகக் கிடைக்கும், ஆரஅமர சூடான வெந்நீரில் குளித்துவிட்டு வந்தால் குளிரைப் பற்றிய நினைவே இராது. இது தென்னாட்டில் வளர்ந்த உடம்பு. ஒருநாள் குளிக்காவிட்டாலும் உடலும் மனசும் சோர்ந்து போகும். இவர்களை மாதிரி 8 மணிக்கு எழுந்திருந்து பல் தேய்த்த கையோடு பவுடரை அப்பி, லிப்ஸ்டிக்கை தடவிக்கொண்டு நைட் கவுனை உதறிவிட்டு மேலே ஒரு புடவையைச் சுற்றிக்கொண்டு ஓட முடியாது.

***

அவள் குளித்துவிட்டு அறைக்குத் திரும்பும்போதும் லீனா ரஜாய்க்குள்ளேயேதான் முடங்கிக் கிடந்தாள். கனத்த ஜன்னல் திரையினால் அறை இருட்டாகவே இருந்தது.

திரையை விலக்கினால் லீனா 'குய்யோ முய்யோ' என்று கத்துவாள் என்று சுதா, டேபிள் லைட்டைப் போட்டுக்கொண்டு தலைவாரிக் கொள்ள ஆரம்பித்தாள் நெளிநெளியாக முழங்கால்வரை அடர்ந்து விரியும் தன் கூந்தலின் அழகில் தானே லயித்திருக்கும்போது...

"என்ன இது, சிகையலங்காரம் நடுராத்திரியில்?" என்று கொட்டாவி விட்டபடியே கேட்டாள் லீனா.

சுதா சிரித்தாள்.

"விடிஞ்சு எத்தனையோ நேரமாச்சு. லீனா பேபி எழுந்திரு. இன்னும் பதினைந்து நிமிஷத்திலே பிரேக்ஃபாஸ்ட் மணி அடிக்கப் போகிறது" என்றபடி ஜன்னல் திரையை நகர்த்தினாள்.

'சுரீ'ரென்று அடித்த வெய்யில் கண்ணில் பட்டவுடன், லீனா குதித்துக்கொண்டு எழுந்தாள்.

"ஓ, மைகாட்! இத்தனை நேரமாகி விட்டதா? என்னை நீ ஏன் எழுப்பவில்லை?" என்றவள், "பட் ஐ வில் கெட் ரெடி இன் ஃபைவ் மினிட்ஸ். உன்னை மாதிரி மந்திரங்களை ஜபித்துக்கொண்டு குளிக்கணுமா? இல்லை, முழங்கால்வரை இருக்கிற முடியைப் பின்னணுமா?" என்றாள்.

சுதா சிரித்துக்கொண்டே தயாராவதில் முனைந்தாள். லீனா சொல்வது வாஸ்தவந்தான் என்று பட்டது. இந்த முடியைச் சிடுக்கெடுத்து வாரிப் பின்னிக் கொள்ளவே பத்து நிமிஷம் ஆகிறது.

சொன்னபடியே லீனா பத்து நிமிஷத்தில் தயாராகி விட்டாள். லிப்ஸ்டிக்கும் பவுடரும் மடிப்புக் கலையாத புடவையுமாக அவள் நிற்கும்போது அவள்தான் கெட்டிக்காரி என்று தோன்றிற்று. அவள் சாதிக்காத எதை தான் சாதித்து விட்டோம் என்றுபட்டது. ஏதோ வேண்டாத யோசனைகளில் மனசை அலைய விடுவதைத் தவிர...

அவள் அவசரமாக அன்றைக்கு லெக்சருக்கு வேண்டிய புத்தகங்களை அடுக்கி வைத்தாள். ஃபஸ்ட் இயருக்கு ஷேக்ஸ்பியர், தேர்ட் இயருக்கு மாடர்ன் பொயட்ரி, ஞாபகமாக பிராட்லீயின் புத்தகத்தை எடுத்து வைத்துக் கொண்டாள் குறிப்பெடுத்துக்கொள்ள.

"சுதா! இன்றைக்கு மத்தியானம் எனக்கு க்ளாஸ் கிடையாது. பிக்சர் ஏதாவது பார்க்கலாம் வரியா?" என்றாள் லீனா.

"ஊஹூம்! சாரி. எனக்கு க்ளாஸ் இருக்கு, ஷேக்ஸ்பியர்."

"ஈஸ் இட்? அப்படியானால் சரி, உன் ஷேக்ஸ்பியர் க்ளாஸை ஸ்டுடன்ஸே மிஸ் பண்ண இஷ்டப்படறதில்லையாம். நான் கூடவந்து உட்காரலாமா என்று பார்க்கிறேன்..."

அவளது புகழ்ச்சியில் சுதாவின் முகத்தில் ஒரு புன்னகை அரும்பிக் கன்னங்களில் குழி விழுந்தது.

"தாங்க்யூ...!"

"ஷேக்ஸ்பியரின் டிராஜிடிக்கும் உன் சுபாவத்திற்கும் சரியாக ஒத்துப் போகிறதுதான் காரணமோ என்னவோ! நீயே ஒரு டிராஜிக் க்வீன் மாதிரி வேஷம் போடறே. நீ சிரிச்சா இன்னும் எவ்வளவு அழகா இருக்கே தெரியுமா?"

"தாங்க்யூ! பிரேக்ஃபாஸ்ட் பெல் அடிச்சாச்சு, தெரியுமா?"

லீனா தோளைக் குலுக்கிக் கொண்டாள்.

"நீ ஒரு ஃப்ரீக் சுதா. உன் உருவத்துக்கும் வயசுக்கும் சம்பந்தமே இல்லாத மெண்டல் மேக்கப் உனக்கு. உன் சிரிப்பையும் அழகையும் யாருக்காக பூட்டி வெச்சிருக்கே?"

சுதா பதிலே பேசாமல் கதவைத் தாழ்போட்டுப் பூட்டுவதில் ஆழ்ந்திருந்தாள்.

லீனா பேசிக்கொண்டேயிருந்தாள்.

"எனக்கு சில சமயம் என்ன தோன்றுகிறது தெரியுமா?"

"என்ன தோன்றுகிறது?"

"சொன்னால் கோபித்துக்கொள்ள மாட்டாயே?"

"கோபம் என்றால் என்ன என்றே எனக்குத் தெரியாது லீனா."

"ஆனால் உலகத்தை வெறுக்கத்தான் தெரியுமாக்கும்!"

"நான் வெறுக்கிறேன் என்று யார் சொன்னது?"

"சொல்லித்தான் தெரியணுமா? நீ யாரோடையும் ஒட்டாமல் உன் உலகத்துக்குள்ளேயே இருக்கியே? வாட் ஐ வான்ட் டு ஸே ஈஸ்... உன் உருவத்துக்கு நிறைய செக்ஸ் அப்பீல் இருக்கு. ஆனால் உன் மனசிலே செக்ஸ்சுவல் ஃபீலிங்கே இல்லாத மாதிரி, பேச்செடுத்தாலே நீ வாயை மூடிக்கறே, பயந்து ஓடற மாதிரி, அருவெறுத்துக் கொள்ற மாதிரி..."

சுதா கலகலவென்று சிரித்தாள்? "லீனா நீ விழித்துக் கொண்டிருக்கிற நேரமே குறைச்சல், அதிலே என்னைப் பத்தின யோசனைகளிலே வீணா நேரத்தை வீணாக்காதே. கம் ஆன், லெட் அஸ் ரஷ் டு த டைனிங் ஹால்."

லீனா உதட்டைப் பிதுக்கியபடி பின் தொடர்ந்தாள்.

அவசர அவசரமாகக் காலை உணவை அள்ளிப்போட்டுக் கொள்ளும்போதும், யுனிவர்ஸிடி பில்டிங்குக்கு அவசர நடைபோடும்போதும், அந்த அவசரத்திலும் வழிநெடுக சிரிக்கும் மலர்களையும், நடுக்கும் குளிரிலும் பளீரென்று ஒளிவிடும் சூரியனின் அழகைப் பருகிக்கொண்டு செல்லும்போதும், லீனாவின் வார்த்தைகள், மனசில் சுழன்று சுழன்று வந்தன.

வகுப்பில் நுழைந்து காத்திருந்த மாணவ மாணவியரின் வணக்கத்தை ஏற்றுக்கொண்டு டென்னிஸனின் கவிதைத் தொகுப்பைத் திறக்கையில் தன் கண்களில் லேசாகத்

திரையிட்டிருந்த ஈரக்கசிவை, தூசியைத் துடைத்துக் கொள்கிற மாதிரி நாசூக்காகக் கைக்குட்டையினால் துடைத்தபடி வகுப்பைத் துவங்குவதற்கு அவள் நிமிர்ந்தாள்.

✲ ✲ ✲

அத்தியாயம் 2

சுதா கடிகாரத்தைப் பார்த்தாள். வகுப்பு முடிய இன்னும் ஐந்து நிமிடங்கள் இருந்தன. அடுத்த வகுப்புக்குப் போகவேண்டிய குறிப்புகளை முந்திய இரவின் கலைநிகழ்ச்சியினால் எடுக்க முடியாமல் போய்விட்டது. இன்றைக்கு முழுவதும் ஒரு நிமிஷ ஓய்வு இருக்காது. அந்த அஸ்ஸாமிய ப்ரொஃபஸர் மாற்றலாகிப் போனாலும் போனார், அவளுக்கு வேலை இரட்டிப்பாகப் போய்விட்டது. அவர் இடத்தில் வேறு ஒருத்தர் வருகிற வழியாகக் காணோம். எல்லா வகுப்புக்கும் குறிப்பெடுத்துத் தயார்செய்து கொள்ளக்கூடப் பொழுதிருப்பதில்லை. இந்தக் கதியிலேயே அவள் வகுப்புக்களை நடத்திக் கொண்டுப்போனால் மாணவர்களுக்கு இப்பொழுது அவள்மேல் இருக்கும் மதிப்பே போய்விடப் போகிறது. மனத்தில் ஒரு தீர்மானத்தோடு மணியோசைக்கு அவள் காத்திருந்தாள்.

அடுத்த வகுப்பு, ஷேக்ஸ்பியர். மணி அடித்து மாணவர்களெல்லாம் எழுந்து போனதும் ஹாம்லட்டின் குணாதிசயங்களைப் பற்றிய பிராட்லியின் குறிப்புகளை ஒரு நோட்டம் விட்டு சுதா எழுந்தாள். பத்து நிமிஷம் இடைவெளி இருந்தது. அவள் நிதானமாகப் படியேறிப் போகும்போது இங்கும் அங்குமாக மாணவர்கள் நின்றிருந்தார்கள். இரண்டு மூன்று மீஸோ மாணவர்கள் நாலு அங்குல உயர ஷூவுடன் குடை பாவாடை மாதிரி புரளும் பெல்பாட்ஸுடன் மூலையில்

புகை பிடித்தபடி நின்றிருந்தார்கள். பின்பக்கமிருந்து பார்த்தால் அந்த நீள முடியில் ஆணா, பெண்ணா என்று தெரியாது.

சுதாவைப் பார்த்ததும் கொஞ்சம்கூட கூச்சமில்லாமல் சின்னக் கண்கள் இடுங்கி மின்ன, வரிசைப் பற்கள் தெரியச் சிரித்து, சிரத்தைத் தாழ்த்தி, ''ஹல்லோ மிஸ் சுதா!'' என்றார்கள்.

சுதா சிரித்துக்கொண்டே, ''ஹல்லோ!'' என்றாள்.

''என்ஜாயிங் யுவர் பிரேக்!''

''யா!''

அவள் படியேறி மேலே போகையில், ''இஸ் இன்ட் ஷீ பியூட்டிஃபுல்?'' என்று அவர்கள் சொல்வது கேட்டது.

சுதா மனத்துக்குள் சிரித்துக் கொண்டாள். இந்த மாதிரிப் பேச்சை எத்தனையோ தடவை கேட்டாயிற்று. இந்தப் புகழ்ச்சியெல்லாம் தன்னை எந்தவிதமாகவும் பாதிக்காதது, அவளுக்கு வேடிக்கையாக இருந்தது. சின்ன வயசிலிருந்தே அந்த அழகு தனக்கு சம்பந்தமில்லாத ஒன்று என்றுக்கூடத் தோன்றும். சற்று விவரம் தெரிந்ததும் அம்மா மாதிரியே இருக்கிறாயே என்று யாராவது சொன்னால் ஆத்திரமாக வரும்... 'கூடாது... அம்மாவை மாதிரி இருக்கக்கூடாது எதிலும்... உருவத்திலும்கூட....' ஆனால் தினமும் கண்ணாடியைப் பார்க்கும்போது அவளுடைய உருவமே அவளைப் பார்த்துச் சிரிக்கிறது. உலகத்தில் நீ எந்த மூலைக்கு ஓடினாலும் உன்னோடு கூடவேதான் உன்னுடைய நிழல் தொடரும் என்று பரிகசிக்கிறது... அதிலிருந்து அவள் தப்ப முடியாது என்கிறது. லீனா சொன்னது உண்மைதான்... 'எனக்குப் பருவ உணர்ச்சிகள் இல்லை... ஏனென்றால்...'

படியேறி முடிக்கையில் அவளது மார்பு 'படபட'வென்று அடித்துக் கொண்டது. நெற்றியில் துளிர்த்த வியர்வையை அவள் துடைத்துக் கொள்ளும்போது ஒரு சக லெக்சரர், ''இந்த ஷில்லாங்கில்கூட உங்களுக்கு வேர்க்கிறதா?'' என்ற படி இறங்கிச் செல்கையில் அவள் சட்டென்று முகத்தில்

சிரிப்பை வரவழைத்துக்கொண்டு நகர்ந்தாள். மனத்திலிருக்கும் புழுக்கம் யாருக்குத் தெரியப்போகிறது?

வகுப்பில் நுழையும்போது அவளுக்கு திடீரென்று தோன்றிற்று. ஹாம்லட்டின் மனக்குழப்பங்களுக்கும் தனது மனஉளைச்சலுக்கும் நிறைய சம்பந்தம் இருக்கிற மாதிரி. அதுதான் ஷேக்ஸ்பியரை நடத்தும்போது தன்னை மறந்துவிடுகிறாளோ? லீனா சொன்னது வாஸ்தவம்தானே? தன்னுடைய வாழ்வும் அந்த மாதிரி திசை தெரியாமல் வலுவிழந்து போகுமோ? ஹாம்லட்டுக்கும் ஒபிலியாவுக்கும் கல்யாணம் ஆகியிருந்தால் ஹாம்லட் ஒரு நார்மல் வாழ்க்கையை நடத்தியிருக்க முடியாது என்று அவளுக்குத் தோன்றிற்று. அதனால்தான் தனக்கும்... அவள் சட்டென்று 'ப்ரேக்' போட்ட மாதிரி நின்றாள். யௌவனமும் ஆரோக்கியமும் முகத்தில் பளபளக்க அவளைக் கண்டதுமே புன்னகையுடன் வணக்கத்தைத் தெரிவிக்கும் மாணவ மாணவியரைப் பார்த்ததும் அவள் தன் சுயசிந்தனைகளை அறுத்துவிட்டு வகுப்பை நடத்தத் தயாரானாள்.

"நேற்று சொன்னேனல்லவா... இன்று ஹாம்லட்டின் காரெக்டரை டிஸ்கஸ் செய்யலாமென்று, தயாராயிருக்கிறீர்களா?"

"ஓ யெஸ்!" என்று வந்த உற்சாகக் குரலைக் கேட்டு அவளுக்கு ஆச்சரியமாகவும் சற்று திருப்தியாகவும் இருந்தது. நள்ளிரவுவரை நடந்த என்டர்டெய்ன்மெண்ட்டுக்கும் பிறகு இவர்கள் எப்படிப் படித்திருப்பார்கள்?

"வெரி குட்! ஆனால் டிஸ்கஷனுக்கு முன்னால் ஹாம்லட்டை நம் முன்னால் சற்று நிறுத்திப் பார்ப்போம், யாராவது ஹாம்லட்டின் 'டு பீ ஆர் நாட் டு பீ' என்று துவங்குகிற வரிகளை நடித்துக் காண்பிக்கிறீர்களா?"

"அனில் செய்வான் அனில் செய்வான்" என்று எல்லோருடைய கூக்குரலிடையே, அனில் போஸ் மேடைக்கு வந்தான்.

சுதா சுவாரஸ்யத்துடன் நிமிர்ந்து உட்கார்ந்தாள்.

மெல்ல மெல்ல வார்த்தைகள் பாவபூர்வமாக சுத்தமான உச்சரிப்பில் வெளிவருகையில் ஹாம்லட்டே எதிரில் நிற்கிற மாதிரி சுதா சிலிர்த்துப் போனாள். வகுப்பு முழுவதுமே கட்டுண்டது போல் 'கப்சிப்'பென்று உட்கார்ந்திருந்தது. "எத்தனை உணர்ச்சிபூர்வமான நடிப்பு இந்தப் பிள்ளைக்கு!" என்று சுதா வியந்துப் போனாள். லட்சணமாக இருக்கிறான், ஸிம்ப்பிலாக... அசிங்கமான பரட்டைத் தலையோ பாவாடை மாதிரி பான்ட்டோ இல்லாமல், ஃபிலாஸபி ப்ரொஃபஸர் போஸுக்கு ஏற்ற பிள்ளைதான் என்று நினைத்துக் கொண்டாள். அவர் பிள்ளையைப் பாராட்டி நிச்சயமாக அவரிடம் பேசவேண்டும் என்று எண்ணிக் கொண்டாள்.

நடிப்பு முடிந்ததும் பெரிய ஆரவாரத்தோடு மாணவர்கள் கை தட்டினார்கள். ஹாம்லட்டைப் பற்றிய விவாதம் தொடர்ந்தது. மாணவ மாணவிகள் உண்மையிலேயே சிரத்தையுடன் விஷயத்தைப் படித்து ஆராய்ந்து பேசுவது கேட்டு, சுதாவுக்கு வியப்பாக இருந்தது. இந்த விவாதத்திற்காக அவர்கள் பிரத்தியேகமாகத் தயார் செய்துக்கொள்ள வேண்டிய அவசியம்கூட இல்லை என்று அவளுக்குப் புரிந்தது. அவர்களுக்கு ஹாம்லட்டிடம் இருக்கும் நெருக்கத்தைப் பார்க்கும்போது வகுப்பு முடிந்ததற்கு அறிகுறியாக மணியோசை கேட்கையில் சுவாரஸ்யமான கட்டத்தில் விளையாட்டு நிறுத்தப்பட்ட மாதிரி அதிருப்தியுடன் வகுப்பு கலைந்தது.

சுதாவுக்கு இனம்புரியாத ஒரு சந்தோஷம் மனத்தை நிறைத்தது.

***

மத்தியானம் கல்லூரி முடிந்ததும் தான் காலையில் தீர்மானித்தபடி டைரக்டர் ஆஃப் எஜுகேஷனைப் பார்த்துவிட்டு வரக் கிளம்பினாள்.

சற்றுத் தொலைவில் இருந்த அவரது அலுவலகத்துக்குச் செல்லுகையில் மனசு இறக்கை கட்டிக்கொண்டு பறக்கிற மாதிரி

இருந்தது. அந்தக் குளுமைச் சூழலில் எங்கு திரும்பினாலும் சிரிக்கும் மலர்களையும், ரோஜா மலர்களையும் பார்க்கும்போது மனசிலிருக்கும் சிலந்திக்கூடுகளெல்லாம் விலகிப் பரிசுத்தமாகிப் போனாற்போல் இருந்தது. லீனா காலையில்தான் கேட்டாள். 'நீ ஏன் உலகத்தை வெறுக்கிறாய்' என்று. சுதாவுக்குப் பெரிதாகச் சிரிக்க வேண்டும்போல் இருந்தது.

'உலகத்தை எவ்வளவு விரும்புகிறேன் என்று உனக்குத் தெரியாது. இயற்கையை எவ்வளவு நேசிக்கிறேன் என்று உனக்குத் தெரியாது. ஆனால் நீ சொல்கிற மாதிரி நான் ஒரு ஃப்ரீக்தான், இயற்கையின் தூய்மை மனிதர்களிடம் இருக்க வேண்டும் என்று எதிர்பார்ப்பது எத்தனை முட்டாள்தனம்! மனிதர்களை எனக்குத்தான் அனுசரித்துக்கொண்டு போகத் தெரியவில்லை. யாரும் எப்படிப் போனால் என்ன என்று சும்மா இருக்கமுடியவில்லை. அப்படி நிச்சலனமாய் இருப்பதற்கு ஞானியாகவோ அல்லது ஜடமாகவோ இருக்க வேண்டும்... நான் இரண்டும் இல்லை...'

டைரக்டரின் ஆபீஸ் வந்துவிட்டது. வீட்டுக்குப் போக கூர்க்கா இப்பொழுதே தயாராகிவிட்ட மாதிரி இருந்தான், கேட்டிலிருந்து ஆபீஸ் நுழைவாயில்வரை பெரிய பெரிய ரோஜாப்பூக்கள் எங்கு திரும்பினாலும்.

தன் பெயரை எழுதி சீட்டை கூர்க்காவிடம் அனுப்பிய மறுநிமிஷமே அனுமதி கிடைத்தது, ஆச்சரியமாக இருந்தது.

அவளை மிகுந்த உற்சாகத்தோடு வரவேற்றார் டைரக்டர். காஸீ வகுப்பைச் சேர்ந்தவர். வெள்ளை வெளேரென்ற முகத்தில் தடித்த கண்ணாடிக்குப் பின்னால் அவளைக் கருணையோடு பார்க்கிற மாதிரி இருந்தது.

அவள் வந்த விஷயத்தைச் சொன்னாள். ப்ரொஃபஸரின் அடிஷனல் சார்ஜ் அவளுக்கு மிகவும் ஆபாஸமாக இருப்பதை நாசூக்காகத் தெரிவித்துவிட்டு யாராவது சமீபத்தில் அந்த இடத்திற்கு வரப்போகிறார்களா? என்று கேட்டாள்.

அவர் சிரித்தார். "டோண்ட் வர்ரி. இன்னும் இரண்டே நாட்களில் வரப்போகிறார் ஒருத்தர். எகனாமிக்ஸுக்குக்கூட ஒருவர் வருகிறார். யூ னோ ஸம்திங்? இருவருமே தென்னிந்தியர்கள்!"

அவள் லேசாகச் சிரித்தாள். "எனக்கு எல்லோருமே ஒரே மாதிரிதான். மனிதர்களிலே ஒரு பேதமுமில்லை இல்லையா?"

"அது வாஸ்தவம்தான். ஆனால் நான் அனுபவத்தில் பார்த்திருக்கிறேன். மற்ற இந்தியர்களைவிடத் தென்னிந்தியர்கள்தான் உண்மையாக மனப்பூர்வமாக உழைக்கிறார்கள். உங்களையே எடுத்துக் கொள்ளுங்கள்... அடிஷனல் சார்ஜை எவ்வளவு நன்றாகச் செய்து வருகிறீர்கள் ஏனோதானோ என்று இல்லாமல்...?"

"தாங்க்யூ ஸார்!"

அவர் எழுந்தார்.

"வெல்... மிஸ் சுதா, கவலைப்படாதீர்கள். ரிலீவர் வந்துக்கொண்டே இருக்கிறார். நிம்மதியாகப் போங்கள்" என்றார்.

அவளும் எழுந்து வணக்கம் தெரிவித்தாள். ஹாஸ்டலுக்கு நடந்து செல்லும்போது அவளுக்குத் தோன்றிற்று, புதிதாக வரும் ப்ரொபஸர்களின் பெயர்களை கேட்டுக்கொள்ளாமல் போனோமே என்று. கூடவே தன் நினைப்பு வேடிக்கையாகவும் இருத்தது. மனிதர்களிடையே பேதமில்லை என்று சொன்னவளுக்கு வெறும் பெயரைத் தெரிந்துக்கொண்டு என்ன ஆகப்போகிறது? தென்னிந்தியர்கள் என்றால் எல்லாருமே அவளுக்குப் பரிச்சயமானவர்களா? வருபவர்கள் யாராயிருந்தால் என்ன? அவளை எந்த விதத்திலும் அவர்களது வருகை பாதிக்கப்போவதில்லை. அவளது வேலை பளு குறையும் என்பதைத் தவிர...

✲ ✲ ✲

அத்தியாயம் 3

நடராஜனுக்கு ஒரே அலுப்பும் ஆயாசமுமாக இருந்தது. அப்பா! எத்தனை நீண்ட பிரயாணம்? சென்னையிலிருந்து கல்கத்தாவிற்கு ரயிலிலும், பிறகு கௌஹாத்தி வரை பிளேனிலும் அங்கிருந்து இந்த மலையை ஏற பஸ்ஸிலுமாக என்ன அலுப்பூட்டும் பிரயாணம்! ஐந்து மணிக்குள் ஷில்லாங்கில் நன்றாக இருட்டி விட்டிருந்தது அவனுக்கு ஆச்சரியமாக இருந்தது. அக்டோபர் மாதத்திலும் குளிர் 'வெடவெட'வென்று நடுக்கி எடுத்தது. இதுவே இப்படியிருந்தால் டிசம்பர் ஜனவரி எப்படி இருக்கும்! நல்லவேளை குளிர் நாட்களில் மூன்று மாதம் இங்கு ஸ்கூலும் காலேஜும் மூடியிருக்கும் என்று அவன் தெரிந்து வைத்திருந்தான். அப்பொழுது சென்னைக்கு ஓடினால் போகிறது.

பஸ் நிலையத்தில் ஒரே சந்தடி. கனத்த கம்பளி உடுப்பினால் அந்த இருட்டில் ஜனங்களின் முகம்கூடச் சரியாகத் தெரியவில்லை. கூடை கூடையாக ஆரஞ்சுப் பழங்களை விற்பனைக்கு வைத்துக்கொண்டு அங்கங்கே மெழுகுவர்த்தியின் துணையோடு காஸீ பெண்கள் உட்கார்ந்திருந்தார்கள். தன்னை வரவேற்க யாரேனும் வந்திருக்கக்கூடும் என்று அவன் காத்திருந்தான். சுற்றுமுற்றும் கண்களைத் துழாவும்போது தூரத்தில் தன்னை மாதிரி யாரையோ எதிர்பார்த்துக்கொண்டு அவனுடன் பிளேனில் வந்த ஆசாமி ஒருவர் நின்றிருப்பது தெரிந்தது. முதல் முறையாக இந்தப் பக்கம் வந்திருக்கிறார்

என்று அவனை மாதிரியே கண்களைத் துழாவுவதிலிருந்து அவன் எண்ணிக் கொண்டான். அந்த உயரத்தையும் சிவந்த நிறத்தையும் தீர்க்கமான நாசியையும் பார்த்து 'யாரோ வடக்கத்திக்காரர்' என்று அவன் தீர்மானித்துக் கொண்டான்.

'எக்ஸ்கியூஸ் மி' என்ற குரலைக் கேட்டு அவன் திரும்பினான். தலையில் கம்பளிக் குல்லாயும் கம்பளி ஸூட்டுமாக ஒருவர் நின்றிருந்தார்.

''மிஸ்டர் பிரபாகர்?'' என்று வினவினார்.

''நோ, ஐயாம் நடராஜன்'' என்றான்.

வந்தவர் கையை நீட்டினார் குலுக்க, ''குட் ஈவினிங்! உங்களையும் மிஸ்டர் பிரபாகரையும் வரவேற்கத்தான் நான் வந்திருக்கிறேன். ஐயாம் குஹா. அசிஸ்டென்ட் புரொபஸர் ஆப் எகனாமிக்ஸ்''

''குட் ஈவினிங்'' என்ற நடராஜன், ''அது யார் பிரபாகர்?'' என்று கேட்டான்.

''அவரும் இன்று வருகிறார். நீங்கள் இருவரும் சந்திப்பீர்கள் என்று நான் அனுமானித்தேன். இங்கு இங்கிலீஷ் புரொபஸராகப் பணியாற்ற வருகிறார். லெட் மீ செக் அப்'' என்றார் குஹா, நகர்ந்துக்கொண்டே.

''ஜஸ்ட் எ மினிட்'' என்றான் நடராஜன். ''அதோ பாருங்கள். அங்கு ஒருத்தர் நிற்கிறார். என்னோடுதான் பிரயாணம் செய்தார். விசாரித்துப் பாருங்கள்'' என்றான்.

கடைசியில், அந்த ஆள்தான் பிரபாகர் என்பதும் தமிழ்நாட்டைச் சேர்ந்தவர் என்பதும் தெரிந்தவுடன் நடராஜனுக்கு ஆச்சரியமாக இருந்தது. விடுதிக்குச் செல்லும் வழியில் தமிழ் பேசும் பிரபாகர், மைசூரில் வசிப்பவர் பல வருஷமாக என்று தெரிந்துக் கொண்டான். பிரபாகரின் உருவம் மட்டும் வசீகரமாக இருக்கவில்லை. மரியாதையான பேச்சும் நடத்தையும்கூட வசீகரமாக இருந்தது.

அவர்களுக்கென்று ஏற்பாடு செய்யப்பட்டிருந்த விடுதிகளுக்குச் சென்றதும் சாப்பிட்டுவிட்டு அப்பாடா என்று படுக்கலாம்போல இருந்தது நடராஜனுக்கு. பிரபாகரும் அதே அபிப்பிராயத்தைத் தெரிவிக்கவே, குஹா அவர்களது. அறைக்கே சாப்பாட்டை அனுப்பி வைப்பதாகவும் காலையில் இருவரையும் யூனிவர்சிடிக்கு அழைத்துப் போவதாகவும் சொல்லிவிட்டுப் போனான்.

சாப்பாடு வரும் வழியிலேயே ஆறிப் போயிருக்க வேண்டும். 'ஜில்'லென்று போயிருந்த ரொட்டியையும் சப்ஜியையும் உள்ளே தள்ள முடியாமல் அப்படியே வைத்துவிட்டு அலுத்தபடி படுக்கையில் சாய்ந்தபோது நடராஜனுக்கு அம்மாவின் ஞாபகம் வந்தது. வேளாவேளைக்கு ருசியாகச் சமைத்துப்போட்டு நம்மைக் கெடுத்தது அம்மாதான் என்று தோன்றிற்று. இத்தனைநாள் வேலை பார்த்துவந்த காலேஜில் அப்படி ஒரு சண்டை வந்திராவிட்டால் இப்பொழுது இந்த ஷில்லாங்குக்கு வந்து குளிரில் நடுங்கியபடி அம்மாவின் சமையலுக்கும் சென்னையின் வெப்பத்துக்கும் ஏங்க வேண்டியிருக்காது.

அசதியில் மெல்லமெல்ல அவன் கண்கள் உறக்கத்தில் மூடுகையில் அவனது அடிமனத்தில் ஒரே கேள்விதான் இருந்தது. நடுக்கும் குளிரையும் பழக்கமில்லாத சாப்பாட்டையும் எப்படிச் சமாளிப்பது என்று. ஒருவேளை இங்கு வந்ததே தப்போ? அம்மா அவ்வளவு தடுத்தும் கேட்காமல் இங்கு வந்தது அசட்டுத்தனமோ?

மறுநாள் காலை பிரேக்ஃபாஸ்டும் ரூமுக்கே வந்து சேர்ந்தது. இருந்த பசியில் அதன் ருசியைக்கூட யோசித்துப் பார்க்காமல் உள்ளே தள்ளிவிட்டு அவன் யூனிவர்சிடிக்குக் கிளம்பத் தயாரானான்.

சற்றுநேரத்திற்கெல்லாம் குஹா வந்துவிட்டான் பிரபாகருடன்.

"குட் மார்னிங்! இரவு நன்றாகத் தூங்கினீர்களா?" என்றான் குஹா.

''ஊம். அவ்வளவு நன்றாக என்று சொல்ல முடியாது. புதிய இடம், குளிர் வேறு நடுக்குகிறது.'' குஹா சிரித்தான்.

''குளிர் இன்னும் ஆரம்பிக்கவேயில்லை. ஜனவரியில் கையும் காலும் விறைத்தே போய்விடும்.''

''அப்போ மதராஸுக்குப் பறந்துவிட்டால் போகிறது'' என்றபடி கிளம்பினான் நடராஜன்.

''கிழக்குக்கோடியில் இருப்பதால் இங்கு எவ்வளவு சீக்கிரம் விடிந்து விடுகிறது. பார்த்தீர்களா? காலையில் நான் கொஞ்சம் நடந்துவிட்டு வந்தேன். இட் இஸ் எ ப்யூடிஃபுல் ப்ளேஸ். ஊட்டி கொடைக்கானலைவிட மிக அழகான ஊர்'' என்றான் பிரபாகர் உற்சாகத்தோடு.

அவனுடைய உற்சாகம் நடராஜனுக்கு அலுப்பைத் தந்தது. ''எப்படிப் போகப் போகிறோம் யூனிவர்சிடிக்கு?''

''நடந்துதான். அதிக தூரமில்லை. தூரமாயிருந்தாலும் இங்கு எல்லோரும் நடந்தே போய்விடுவார்கள். உஷ்ணம் இல்லாததால் சோர்வே தெரியாது. மலைப்பிரதேசத்தில் நடந்தால்தான் உடம்புக்கு நல்லது'' என்று குஹா சொல்கையில் இவனுக்கு லெக்சர் அடித்து அதே வழக்கமாகப் போய்விட்டது என்று நடராஜனுக்குத் தோன்றிற்று.

நடக்க நடக்க ஊர் அழகாகத்தான் இருக்கிறது என்று தோன்றிற்று. சாப்பாட்டுக்குத்தான் ஏதாவது வழி செய்துக்கொள்ள வேண்டும், அம்மாவை இத்தனை தொலைவுக்கு அதுவும் எலும்புக்குள் ஊடுருவும் குளிர் நடுக்கும் இடத்துக்குக் கூப்பிட முடியாது. தானே சமைக்க ஆரம்பிக்க வேண்டியதுதான். அந்த நினைப்பே அவனுக்குப் பயங்கரமாக இருந்தது. வீட்டில் ஒரு அஸ்தம் அசைத்துப் பழக்கமில்லை. எப்பவாவது காய்கறி வாங்கித் தருவதோடு சரி. ஆனால் அதைவிடப் பயங்கரமாக இருந்தது, அந்த வெடக்வெடக் ரொட்டியின், ஆறிப்போன

ஸப்ஜியின் நினைப்பு. ஒரு மீனாட்சி அம்மாள் சமையல் புத்தகத்தை வரவழைத்துக் கொண்டால் போயிற்று!

***

"**வீ**ஹேவ் அரைவ்ட்'' என்றான் குஹா ஏதோ பெரிய வி.ஐ.பி. அறிவிப்பு மாதிரி.

கட்டடம் ரொம்ப படாடோபம் இல்லாமல், பெரிய காம்பவுண்டும், பச்சை லானும், ரோஜா மரங்களுமாக ஏதோ பொடானிகல் கார்டன் மாதிரி காட்சி அளித்தது. அங்கங்கே பூக்களோடு பூக்கள் சேர்ந்த மாதிரி பெண்களும், ஸ்டைலான உடையில் ஆண்களும் நின்றிருந்தார்கள்.

பிரபாகர் மிக ஆர்வத்துடன் பெண்கள் நிற்குமிடத்தை ஒரு நோட்டம் விடுவதை நடராஜன் கவனித்து மனத்துக்குள் சிரித்துக்கொண்டான். 'ஆள் பலே ஆள்! பார்க்கவும் நன்றாக இருக்கிறான்' என்று நினைத்துக் கொண்டவனுக்கு 'ஆர்வம் யாருக்குத்தான் இல்லை' என்று தோன்றிற்று. அவனுக்கில்லையா? அதிலும் பிரம்மச்சாரிகளுக்குப் பெண்கள் விஷயத்தில் ஆர்வம் இல்லையென்றால், தேர் மஸ்ட் பி ஸம்திங் ராங் வித் த ஃபெல்லோ!

குஹா அவர்களை டைரக்டரிடம் அழைத்துச் சென்றான். அவர் உற்சாகத்தோடு அவர்களை வரவேற்றார். தென்னிந்தியர்களிடம் தனக்கிருக்கும் நம்பிக்கையையும் அபிமானத்தையும் பற்றிச் சொன்னார்.

சிறிதுநேரம் அவர்களது பொறுப்புக்களைப் பற்றிச் சொல்லிவிட்டு, மிஸ்டர் குஹா, நீங்கள் மிஸ்டர் நடராஜனுக்கு அவருடைய டிபார்ட்மெண்ட்டைச் சுற்றிக் காண்பித்து மாணவர்களுக்கு அறிமுகம் செய்து வையுங்கள், மிஸ் சுதாவை பிரபாகருக்கு அறிமுகம் செய்துவைத்தால், மிஸ் சுதா மற்றதைக் கவனித்துக் கொள்வார் என்றார்.

பிறகு பிரபாகரைப் பார்த்து, ''இன்ஸ்டன்ட்லி மிஸ் சுதாவும் ஸௌத்தைச் சேர்ந்தவர்தான். எ வெரி ஸ்மார்ட் லேடி. உங்கள்

வேலை ஆறு மாதமாய்க் காலியாய் இருக்கிறது. அந்தப் பொறுப்பையும் அவரே வெகு நன்றாக மானேஜ் செய்து வருகிறார்'' என்றார்.

''நீங்கள் தென்னிந்தியர்களைப் பற்றி இவ்வளவு உயர்வாக எண்ணுவதற்கு அவரே ஒரு காரணமாக இருக்க வேண்டும். ஐ மஸ்ட் தாங்க் ஹர் ஃபர் தட்'' என்று அடக்கமாகச் சிரித்தான் பிரபாகர்.

டைரக்டர் எழுந்தார். ''ஏன் உங்களுடைய க்ரிடென்ஷியல்ஸும் பிரமாதமாகத்தானே இருக்கிறது! ஐ யாம் ஷ்யூர் யு வில் புரூவ் வொர்த்தி ஆஃப் இட்'' என்று கை குலுக்கினார்.

பிரபாகர் சிரத்தைத் தாழ்த்தி வந்தனத்தைத் தெரிவித்தான்.

''ஐ ஷல் டூ மை பெஸ்ட், தாங்க்யூ ஸார்'' என்றான்.

அவர்கள் விடைபெற்றுக்கொண்டு அவருடைய ஆபீஸ் கட்டடத்தைத் தாண்டி மறுபடியும் யூனிவர்சிடி பில்டிங்குக்குள் நுழைகையில் இன்னும் அதிகமாக மாணவர்கள் நின்றிருந்தார்கள். போர்ச்சை ஒட்டிய தாழ்வாரத்தில் நாலைந்து பேர்களுடன் பேசியபடி ஒரு பெண் நிற்பதை நடராஜன் பார்த்தான். எவ்வளவு நீள அழகான முடி இந்தப் பெண்ணுக்கு என்று அவன் நினைக்கையில் அந்தப் பெண் பக்கவாட்டில் திரும்பி யாருடனோ பேசினாள். இவள் நிச்சயம் தென்னிந்தியப் பெண்தான் என்று தோன்றியதும், கூடவே அவளுடைய முகச்சாயல் தனக்கு ஏதோ பரிச்சயமாக இருந்தாற்போல் பிரமையேற்பட்டது.

அதற்குள் மணியடிக்கவே அந்தப் பெண் பின்புறம் திரும்பாமல் விரைந்து கட்டடத்துக்குள் நுழைந்துவிட்டாள்.

''அதுதான் மிஸ் சுதாவா?'' என்று அவன் மெதுவாகக் கேட்டபோது தூக்கிவாரிப் போட்ட மாதிரி பிரபாகர் சட்டென்று திரும்பினான், எங்கே என்று கேட்கிற மாதிரி...

✲ ✲ ✲

அத்தியாயம் 4

"குட் மார்னிங்" என்று லீனா சொன்னதற்கு, ஏதோ ஞாபகமாக "குட் மார்னிங்" என்றபடியே தன் வேலையில் ஆழ்ந்திருந்தாள் சுதா. ஏகப்பட்ட வேலை இருந்தது. நவம்பர் மாதம் ஆரம்பிக்கவிருக்கும் பரீட்சைகளுக்கு இப்பொழுதிலிருந்தே கேள்வித்தாள்கள் தயார் செய்ய ஆரம்பிக்க வேண்டும். அதற்குள் பாடங்களையெல்லாம் முடித்துவிட்டு மாணவர்களை டெஸ்ட் கொடுத்துத் தயார்ப்படுத்த வேண்டும். இன்றைக்கு ஒரு மணிநேர ஓய்வுகூட இருக்கப் போவதில்லை.

இப்ஸனுக்கும் ஷேக்ஸ்பியருக்கும் லெக்சருக்கு வேண்டிய குறிப்புக்களை எடுத்துக் கொண்டாயிற்று. டென்னிஸனுக்கு தயார் செய்ய வேண்டிய அவசியமில்லை என்று தோன்றிற்று. மாடர்ன் கவிதை ஆர அமரப் படிக்க வேண்டும். சில சமயம் சட்டென்று புரிந்துவிடும், சில கவிதைகளை எவ்வளவு படித்தாலும் புரியாது, பிக்காஸோவின் ஓவியங்கள் மாதிரி. சமயங்களில் அவளுக்குப் புலப்படாத அர்த்தங்கள் சில மாணவர்களுக்குப் புலப்படுவதை அவள் ஆச்சரியத்துடன் வரவேற்றுப் பாராட்டியிருக்கிறாள். இங்கு மொத்தத்தில் மாணவர்களுக்கு இலக்கியத்தில் ஆர்வம் இருப்பதாக அவளுக்குப் பட்டது.

அவள் குறிப்புக்களைத் தயார் செய்துவிட்டுத் தலைநிமிர்ந்தபோது மணி ஆறு. அப்போதுதான் கவனித்தாள்,

லீனா தினம்போல் ரஜாய்க்குள் முடங்கிக் கிடக்காமல் படுக்கையில் நிமிர்ந்து கொட்டுகொட்டு என்று உட்கார்ந்திருப்பதை. அவளுக்கு ஆச்சரியமாக இருந்தது. இன்று இத்தனை சீக்கிரம் அவள் முழித்துக்கொண்டது.

"ஹலோ! என்ன இவ்வளவு சீக்கிரம் எழுந்துவிட்டாயே, என்ன சமாசாரம்?"

லீனா உதட்டைப் பிதுக்கினாள். "அரைமணி முன்னாலேயே உனக்கு குட்மார்னிங் சொன்னேன் போலிருக்கிறதே"

சுதா யோசித்துப் பார்த்தாள், அவளுக்கு நினைவில்லை. "அப்படியா, ஸோ ஸாரி, நான் கவனிக்கவில்லை. அதுசரி, ஒய் ஸோ ஏர்லி டுடே? உடம்பு சரியில்லையா?"

"உடம்பெல்லாம் சரியாகத்தான் இருக்கு. ஏன் நான் ஒரு நாளைக்கு சீக்கிரம் எழுந்திருக்கக் கூடாதா?"

"ஓ! நன்றாக. தாராளமாகத் தினமுமே எழுந்திரேன். எனக்கு ரொம்ப சந்தோஷம். தினம் தனியா கர்ட்டனை விலக்க முடியாமல் இருட்டிலே துழாவித் துழாவி நான் என் வேலையைக் கவனிக்கிறது எனக்கு கஷ்டமாகத்தான் இருக்கு. அந்தக் கஷ்டம் ஸால்வ் ஆயிடும் நீ சீக்கிரம் எழுந்தால்."

தன் குட்டை முடியை குலுக்கியபடி லீனா சிரித்தாள். "அவ்வளவு சீக்கிரம் நான் டிஸிப்ளின் ஆகிவிடுவேன் என்று நம்பாதே. என்னவோ இன்னிக்குத் தூக்கம் வரவில்லை."

குளியலறைக்குச் செல்லுவதற்காக உடுப்புக்களை எடுத்துக்கொண்டே "ஏன் தூக்கம் வரல்லே? நேத்து ராத்திரி நீ அந்தப் பூரியையும் புலாவையும் ஒரு கைபார்த்த போதே நான் நினைச்சேன். யூ ஆர் இன்ஃபார் ஸம்திங் என்று" என்றாள் சுதா.

லீனா 'கலகல'வென்று சிரித்தாள்.

"நீ ஒரு சரியான இடியட். உனக்கு கற்பனையும் ஸைஃபர். பல விஷயங்களிலே நீ அப்நார்மல்..."

சுதா நகர்ந்தாள். "ரொம்ப தாங்க்ஸ். அப்புறமா இதைப் பத்தி பேசிக்கலாமா? இப்ப நான் போகலைன்னா வெந்நீர் கிடைக்காது."

அவள் குளித்துவிட்டு அறைக்குள் நுழையும்போது லீனா இன்னமும் படுக்கையில் உட்கார்ந்தபடி கையில் ஒரு சிறிய கண்ணாடியை வைத்துக்கொண்டு புருவங்களை ட்ரிம் செய்து கொண்டிருந்தாள். "என்ன லீனா, இன்றைக்குத்தான் சீக்கிரம் எழுந்திருக்கிறாயே? குளிக்கல்லையா?" என்று அவள் வாயைக் கிண்டினாள் சுதா.

அவள் சற்றும் எதிர்பார்க்காமல் லீனா, "ஆமாம், குளிக்கத்தான் போறேன்" என்று எழுந்திருந்தாள்.

"ஸம் திங் இஸ் ராங் வித் யூ."

"அட, ரொம்ப சீக்கிரமா கண்டுபிடிச்சுட்டியே!" என்றபடி ஒரு பாட்டை முணுமுணுத்தபடியே அவள் செல்வதை சுதா அதிசயத்துடன் பார்த்தாள். இன்றைக்கு என்ன ஆகிவிட்டது இவளுக்கு? அதைப்பற்றி அதிகம் ஆராய அவள் மனநிலை இடம் கொடுக்காததால் அவள் மளமளவென்று தலையை வாரிக்கொள்ள ஆரம்பித்தாள். குளித்துவிட்டு வந்த லீனா ஏதோ பாட்டை முணுமுணுத்தபடி சுற்றிச் சுற்றி வந்தாள். புடவையைத் தேடுகிறசாக்கில்.

சுதா எதையும் கவனிக்காத மாதிரி தன் வேலையில் கருத்தாயிருந்தாள்.

"சுதா, எனக்கு எந்த நிறம் எடுப்பாயிருக்கிறது? பிங்க்கா, ப்ளூவா, சொல்லேன்?"

சுதா நிமிர்ந்து பார்த்தாள். என்ன வந்துவிட்டது இவளுக்கு? கால் மணியாக ட்ரெஸ்ஸிங் கவுனில் சுற்றிக் கொண்டிருக்கிறாள் இன்று.

பேச்சை வளர்க்க மூடில்லாமல் சுதா, "பிங்க்" என்றாள்.

கடைசியில் லீனா, ப்ளூவைக் கட்டிக்கொண்டு கிளம்பினாள்.

சுதா அதையும் கவனிக்காமல் தன் புத்தகங்களை அடுக்கிக் கொண்டாள். இன்றைக்கு லைப்ரரியில் இதைத் திருப்பிக் கொடுக்கணும் என்று தாமஸ் மான்னின் புத்தகத்தை எடுத்து வைத்துக் கொண்டாள்.

லீனா பொறுமையிழந்து, "ஸோ, என்ன விஷயம்னு தெரிஞ்சுக்க உனக்கு ஆசையில்லையா?" என்றாள்.

சுதாவுக்கு அவளுடைய குழந்தைத்தனத்தைப் பார்த்துச் சிரிப்பு வந்தது.

கண்களை அகல விரித்து, "ஏதேனும் விஷயம் இருக்கா என்ன? என்னைப் பொறுத்தவரை தினம்போல்தான் இன்னைக்கும்."

லீனாவின் கண்கள் கனவில் மிதந்தன. ஜன்னலுக்கு வெளியே பார்த்தபடி "ஐயாம் இன் லவ் சுதா. உனக்குத்தான் நான் முதலில் சொல்கிறேன்."

சுதா சிரித்தாள். "லவ் என்றெல்லாம் பெரிய வார்த்தை போடாதே. வேண்டுமானால் லேடெஸ்ட் க்ரஷ் என்று சொல்லு. இது எத்தனாவது கேஸ், நீயே யோசித்துப் பார்?"

அவள் சொன்னதைக் காதில் போட்டுக் கொள்ளாத மாதிரி லீனா சொல்லிக் கொண்டுப் போனாள். "இந்தத் தடவை நான் நிஜமாகவே ஸீரியஸ்ஸாக இருக்கிறேன். நோ ஃபூலிங், யூ மே பிஷர்."

சுதா தோளைக் குலுக்கினாள். "வெல், பெஸ்ட் ஆப் லக். யார் அந்த அதிர்ஷ்டசாலி?"

"நான் அதைச் சொல்லமாட்டேன். ஸஸ்பென்ஸ்!" என்றபடி லீனா வெளியே போனாள்.

சுதாவுக்கும் அதைத் தெரிந்து கொள்வதில் ஆர்வமில்லை, இந்த மாதிரி எத்தனையோ தடவை லவ்வென்று லீனா

அலைந்து திரிந்து கடைசியில் ஓய்ந்ததை அவள் பார்த்திருக்கிறாள். ஒவ்வொரு முறையும் இரண்டு நாள் முகக்தைத் தொங்கப்போட்டுக் கொண்டிருப்பாள். உலகமே அஸ்தமித்துவிட்ட மாதிரி சோகம் கொண்டாடுவாள். மூன்றாம் நாளே புதிய பாய் ஃபிரண்டு கிடைத்தவுடன் உற்சாகம் பழையபடி திரும்பிவிடும்.

காலை உணவை முடித்துக்கொண்டு யூனிவர்சிடி பில்டிங்குக்குப் போகையில் சுதா யோசனையுடன் நடந்தாள். எப்படி இந்த மாதிரி விஷயங்களில் இவ்வளவு விளையாட்டாக லீனாவால் இருக்க முடிகிறது? கல்யாணம் ஆகாததால் இந்த மாதிரி மனநிலை அவளையும் அதிகம் பாதிக்கவில்லை, சமூகத்தையும் பாதிக்கவில்லை, இப்போதைக்கு. அதே, திருமணமாகி அவள் அப்படி நடந்துக்கொண்டால் எப்படி இருக்கும்? இரண்டு நிலைக்கும் என்ன வித்தியாசம்? மனநிலையா, சூழ்நிலையா? இரண்டுமே பாதிக்கப்படாதா? ஃப்ரீ லவ் என்பதற்கு எல்லை என்று ஒன்று உண்டா? எந்த எல்லைவரை அது தனிமனிதனையும் சமூகத்தையும் பாதிக்காமல் இருக்கும்?

'சுரீ'ரென்று நெஞ்சத்துள் ஒரு ரணத்தைக் கீறினாற்போல் அவளுக்கிருந்தது. அவள் அத்தகைய சிந்தனையை விரட்டிவிட அவசரப்படுபவள்போல் வேகமாக நடையைக் கட்டினாள்.

✲ ✲ ✲

அத்தியாயம் 5

யூனிவர்ஸிடி பில்டிங்கைப் பார்த்த உடனேயே மனத்துள் ஒரு புதுப் பிரவாகம் புகுந்துகொள்கிற மாதிரி இருந்தது. இதுதான் நமக்குப் புகலிடம் என்று தோன்றிற்று. அவளைத் துரத்தும் நினைவுகளிலிருந்து தப்பித்துக் கொள்ள யாரோ எழுதிவிட்டுப் போன இலக்கிய ஏடுகளில் தஞ்சம் புகுந்து மனத்திலிருக்கும் சூன்யத்தை விரட்டி படிக்க... பழையதைத் திரும்பியே பார்க்கக்கூடாது என்பதற்காகத்தான் இவ்வளவு தூரம் இந்த மூலைக்கு வந்ததற்குக் காரணம்... அவளுக்கு உண்மையிலேயே ஓடிவந்த மாதிரி களைப்பாக இருந்தது.

''மிஸ் சுதா! மிஸ் சுதா'' என்று யாரோ கூப்பிடுவது கேட்டது.

அவள் திரும்பினாள். குஹா நின்றிருந்தான்.

''இங்கிலீஷ்காகப் புதிதாக நியமிக்கப்பட்ட புரொபஸர் வந்துவிட்டார். உங்களை அறிமுகம் செய்து வைக்கச் சொன்னார் டைரக்டர், வருகிறீர்களா?'' என்றான்.

''நல்லவேளை, வந்து விட்டாரா?'' என்றிருந்தது சுதாவுக்கு.

''ஓ யெஸ்'' என்று புன்னகையுடன் அவனைத் தொடர்ந்தாள்.

அடுத்த அறையில் அவளுக்காகக் காத்திருந்த பிரபாகரைக் கண்டதும் அவளுக்குத் தூக்கிவாரிப் போட்டுக் கண் விழிகளே வெளியில் தெறித்துவிடும்போல் இருந்தது. குஹா தன்

பாட்டுக்கு அறிமுகம் செய்துவிட்டு விடைபெற்றுக் கொண்டு போனான்.

பிரபாகர் புன்னகையுடன் அவளைப் பார்த்தவாறு நின்றிருந்தான். அவனைப் பார்த்ததில் அவளுக்கேற்பட்ட அதிர்ச்சி அவளைப் பார்த்ததில் அவனுக்கேற்பட்ட மாதிரி தெரியவில்லை.

அவள் தனது அதிர்ச்சியிலிருந்து மீள முடியாதவள் மாதிரி நின்றாள். கண்களில் திரண்ட நீரை வெகுகஷ்டப்பட்டு உள்ளே விழுங்கிக்கொண்டாள். ஒரு பக்கம் சற்றும் எதிர்பாராமல் இத்தனை தொலைவில் பிரத்யட்சமாகக் காண்கையில் மனசு பொங்குகிற மாதிரி இருந்தது. அதே சமயத்தில் தன்னைத் தொடர்ந்து சீண்டிக் கொண்டேயிருக்கும் விதியின் பிடியிலிருந்து எங்கேயாவது ஓடிப்போய்விட வேண்டும்போல் இருந்தது.

அவன் மிகக் கனிவோடு அவளையே பார்த்தபடி நின்றான். எவ்வளவோ நாட்களாக மனத்திலிருந்த தாகத்தைத் தீர்த்துக் கொள்கிறவன் மாதிரி...

"ரொம்ப அதிர்ச்சியாக இருக்கிறதா சுதா?" என்றான் மென்மையாக.

அவள் எதிர்பார்த்த மாதிரி அவன் அவள்மேல் கோபமேதும் காட்டாமல் அப்படி மென்மையாகக் கேட்கையில், அவனைப் பார்க்கத் தெம்பில்லாதவள் மாதிரி அவள் எங்கோ முகத்தைக் திருப்பிக்கொண்டாள்.

"நீங்கள் எங்கே... எப்படி இப்படி வந்தீர்கள்...?" தன் குரலிலிருந்த நடுக்கம் அவளுக்கே புதுமையாக இருந்தது.

அதற்கு அவன் பதில் சொல்லாமல் புன்னகையுடன் பாண்ட் பாக்கெட்டில் கைகளை நுழைத்தபடி அவளைப் பார்த்துக்கொண்டு நின்றான்.

"ஷில்லாங் மிக அழகான ஊர் என்று எனக்குத் தோன்றுகிறது. வாக்கிங் போகவும், தனியே உட்கார்ந்து பேசவும் நிறைய இடங்கள் இருக்கும் போலிருக்கே? அப்போ நாம் இதைப்பத்தியெல்லாம் நிதானமாகப் பேசலாமா?"

அவள் ஆயாசத்துடன் தன் கையிலிருந்த புத்தகங்களை மேஜைமேல் வைத்தாள். அவள் வைத்த புத்தகங்களின்மேல் அவனது பார்வை போயிற்று. மேலாக இருந்தது லைப்ரரி புத்தகம் தாமஸ்மானின் 'தி பிலவட் ரிடர்ன்ஸ்.' அதைப் பார்த்து அவன் சிரித்தான். "அந்தத் தலைப்பு நமது சந்திப்புக்கு ரொம்பப் பொருத்தமாக இல்லை" என்றான்.

அவளுடைய முகத்தில் 'குப்'பென்று சிவப்பேறிற்று. அவள் புத்தகங்களை அள்ளிக்கொண்டு எழுந்தாள். அவன் கிண்டல் செய்கிறானா, வாஸ்தவத்தில் சொல்கிறானா என்று புரியவில்லை.

"மிஸ்டர் பிரபாகர், மாணவர்கள் காத்திருப்பார்கள், வாருங்கள். உங்களுடைய சார்ஜைப் பற்றிச் சொல்கிறேன். ரிலீஃபே இல்லாமல் என் இடுப்பு இத்தனை நாள் ஒடிந்தே போய்விட்டது" என்று அறைக்கு வெளியே வந்தாள்.

"உனக்கு எல்லா விதத்திலேயும் ரிலீஃப் கொடுக்கத்தான் நான் வந்திருக்கிறேன் என்பதை நீ புரிந்துக்கொள்வாயா?"

அவள் பதிலே பேசாமல் நடந்தாள். கன்னமெல்லாம் சுடுகிற மாதிரியிருந்தது.

"ட்யூரிங் பிஸினஸ் அவர்ஸ் லெட் அஸ்டாக் பிஸினஸ்" என்றாள்.

"ஆ, அதுதான் கெட்டிக்காரத்தனத்துக்கு அழகு... பாக்கியை லேக்கிலும், பார்க்கிலும் வைத்துக் கொள்ளலாமா?"

அவள் கீழுதட்டைக் கடித்துக்கொண்டாள். இவன் மாறமாட்டான்! அந்தக் குறும்பும் அவனைவிட்டுப் போகாது.

இதிலிருந்து எப்படித் தப்பித்துக் கொள்வது? இவ்வளவும் நடந்தபிறகு அவனால் எப்படி இவ்வளவு சகஜமாகப் பேச முடிகிறது?

அவள் அவனது வகுப்புகளை அறிமுகப்படுத்திவிட்டு, தான் எடுக்க வேண்டிய வகுப்புக்கு வந்தபோது, கால்களில் ஜீவனே இல்லாமல் பஞ்சாக போய்விட்ட மாதிரி இருந்தது. மிகப்பெரிய அதிர்ச்சியடைந்து அதிலிருந்து இப்போதைக்கு மீள முடியாது போலிருந்தது. பாடம் நடத்துகையில் கேள்விகள் அடிமனத்தில் சுழன்று சுழன்று வந்து வகுப்பை நடத்துவதே பிரும்ம பிரயத்தனமாகவே இருந்தது. நழுவும் மனத்தை இழுத்துப் பிடிக்க முடியாமல் கடைசியில் அவள் தலை வலிக்கிறது என்று ஒரு காரணத்தைச் சொல்லி மாணவர்களுக்கு எழுத்து வேலையைக் கொடுத்தாள்.

பிரபாகர் இப்படித் திடீரென்று வந்து நிற்பது அவளுக்கு அதிர்ச்சியாக இருந்தது. அவள் அவனிடம் சொல்லாமல் கொள்ளாமல் இவ்வளவு தொலைவு வந்ததைப் பற்றியும், இதுவரை அவனுக்கு ஒரு கடிதமும் எழுதாததைப் பற்றியும், அவன் என்ன நினைத்திருப்பான்? அதனால் ஆத்திரமோ வருத்தமோ ஏற்பட்டிருக்காதா? அவன் இப்பொழுது அந்த மாதிரி கனிவாகப் புன்னகைத்தபடி அவளை பார்க்கும்போது அவனுள் எத்தகைய கோபமும் இருப்பதாகத் தெரியவில்லை அது எப்படி சாத்தியம்?

அவள் அப்படிக் கிளம்பி வந்ததன் காரணத்தை அவன் அறிவானா? சொன்னால் நம்புவானா! அவனுடைய நன்மைக்குத்தான் அவள் விலகினாள் என்றால் அவன் புரிந்துக்கொள்வானா. அவள் கண்களில் நீர் நிறைந்தது. வேலைக்காக அவன் வரவில்லை; அவளுக்காகத்தான் வந்திருக்கிறான். அவள் செய்கையைப் பொருட்படுத்தாமல் அங்கு ஏற்கெனவே பார்த்து வந்த நல்ல வேலையை விட்டுவிட்டு, எஸ்டேட் பொறுப்புக்களை விட்டுவிட்டு

வந்திருக்கிறான் என்றால் என்ன அர்த்தம்? அவளுக்கு 'ஓ...' என்று அலற வேண்டும்போல் இருந்தது. வேண்டாம் இந்த அனுதாபம்... லீனா சொல்கிற மாதிரி நான் ஒரு ஃப்ரீக் கேஸ். இதை உங்களிடம் விவரிக்கவோ விவாதிக்கவோ எனக்குத் தெரியவில்லை... என்னைத் தனியே விடுங்கள்...

பார்க்கிலும், லேக்கிலும் சாவகாசமாகப் பேசலாம் என்று எப்படி சகஜமாகச் சொல்கிறான். அவள் இதழ்களில் லேசாகப் புன்னகைகூட அரும்பிற்று. அதற்கு வாய்ப்பே கொடுக்கக் கூடாது என்று அவள் தீர்மானித்துக் கொண்டாள். ஆனால் அவனது கனிவு நிறைந்த பார்வை அவள்மேல் படும்போது அவளுள்ளேயே ஏற்படும் அந்த பலவீனத்தை எப்படிச் சமாளிப்பது?

அவனிடமிருந்து தப்புவது அசாத்தியமாக இருந்தால் இந்த இடத்திலிருந்தே தப்பித்துக்கொண்டு போக வேண்டியதுதான் என்று தோன்றிற்று. எங்கே? அவளுக்கு மலைப்பாக இருந்தது... எங்கே ஓடினாலும் தன் மனத்திலிருக்கும் அனுமானங்களிலிருந்து, பயங்களிலிருந்து, பிரமைகளிலிருந்து எப்படித் தப்பித்துக் கொள்ளப் போகிறாள்? 'எல்லா விதத்திலேயும் ரிலீஃப் தருவதற்காகத்தான் நான் வந்திருக்கிறேன்' என்று அவன் சொன்னது அவளது ஞாபகத்திற்கு வந்தது.

எதிலிருந்து அவளுக்கு ரிலீஃப் தருவான்? அவளைத் தொடரும் நிழல்களை விரட்ட அவனுக்கு சக்தியிருக்குமா?

தலையை 'விண்விண்' என்று வலித்தது. இன்றைக்கு மதிய உணவுக்குப் பிறகு லீவ் எடுத்தால் என்ன என்று தோன்றிற்று. ஒரு நோட் எழுதி ஆபீஸுக்கு அனுப்பிவிட்டு லஞ்ச் பிரேக்குக்கு மணி அடித்த உடனேயே யாரும் கண்ணுக்குத் தென்பட்டுவிடுவார்களோ என்று பயந்தவளாய் அவள் கிடுகிடுவென்று ஹாஸ்டலுக்கு விரைந்தாள். சாப்பிட்டதாகப் பெயர் பண்ணிவிட்டு அவள் ஆயாசத்துடன் படுக்கையில் விழுந்தபோது இத்தனை நாட்களாக மனத்தடியில் புதைத்து

வைத்திருந்த துக்கமெல்லாம் இனியும் அடங்க முடியாது என்கிற மாதிரி பீறிட்டுக்கொண்டு வந்தது. அவள் தன்னையே அடக்க முடியாமல் விசித்து விசித்து அழுதாள்...

***

மணி அடித்ததும் பிரபாகர் அவசரமாக வெளியில் வந்தான். கண்கள் பரபரவென்று மாணவர் கூட்டத்தைத் துழாவுகையில் அவன் தேடும் நபரைக் காணாமல் ஏமாற்றமாக இருந்தது. அவளைக் கண்டுபிடிப்பது ஒன்றும் அவ்வளவு கஷ்டமில்லை என்று தோன்றிற்று. இங்கிருக்கும் கூட்டத்தில் அவளை மாதிரி முழங்கால் வரை ரோமம் யாருக்கு இருக்கும்?

இந்த பெல்பாட்ஸ் கூட்டத்தில் எத்தனை பேர் அவளை மாதிரி நளினமும் மென்மையும் இழைய புடவையில் காட்சி தருகிறார்கள்? அவளை நினைத்த மாத்திரத்திலேயே தன் மனத்தில் கருணையும் நெருக்கமும் படருவதை அவன் உணர்ந்தான். இன்று காலை அவளைப் பார்க்கும்வரை ஒரு படபடப்பும் கோபமும்கூட இருந்தது. இன்று அவளைப் பார்த்துவிட்ட பிறகு மனத்தில் ஏதோ பிரவாகமாக ஓடுகிறது. அந்தக் கோபத்தை உடைத்துக்கொண்டு முன்னைக்கு இப்பொழுது அவள் எவ்வளவு வாடிவிட்டாள் என்று அவன் நினைத்துக் கொண்டான். அவளைக் கண்டதும் அவளை அணைத்துக் கொள்ளக் கைகள் எப்படிப் பரபரத்தன! அந்தக் கைகளை வலுக்கட்டாயமாக பாண்ட் பாக்கெட்டில் திணிக்க வேண்டியிருந்தது... அவன் தன்னுள் தீர்மானித்துக் கொண்டான். தன் உணர்ச்சிகளை அவன் பகிரங்கப்படுத்த மாட்டான். இல்லாவிட்டால் அவள் பயந்து வேறு எந்த பயங்கர முடிவிற்கு வந்தாலும் வந்துவிடுவாள்... அவன் மறுபடியும் ஒரு தடவை கூட்டத்தைத் துழாவிவிட்டு ஏமாற்றத்துடன் நடக்க ஆரம்பித்தான்.

"ஹல்லோ!" என்றபடியே நடராஜன் சேர்ந்து கொண்டான். "எப்படியிருந்தது உங்கள் முதல் நாள் அனுபவம்" என்றான்.

“உம்...? கொய்ட் ஓ.கே.” என்றான் பிரபாகர்.

“மாணவர்கள் ஒன்றும் அப்படி ப்ரைட்டாகத் தெரியவில்லை” என்று உதட்டைப் பிதுக்கினான் நடராஜன். “முந்தி இருந்த புரொபஸர் சரியாகவே சொல்லித் தரவில்லை போலிருக்கு”

“அந்த விஷயத்தில் நான் லக்கி” என்றான் பிரபாகர்.

“மிஸ் சுதா, மேஜர் போர்ஷனைக் கவர் பண்ணியிருப்பதோடு ரொம்ப நன்றாக விளக்கி இருப்பது தெரிகிறது.”

“பாருங்கள், அந்த மிஸ் சுதா தென்னிந்தியர் ஆச்சே. அவரோட ரெண்டு வார்த்தை பேசலாம்னு பார்த்தேன். அரைநாள் லீவு போட்டுவிட்டுப் போயிட்டாளாம். உடம்பு சரியில்லைன்னு என்று நடராஜன் சொன்னதும், பிரபாகரின் மனத்தில் கவலை பறந்தது.”

“மிஸ் சுதாவின் முகத்தைப் பார்த்தால் ரொம்ப ஃபெமிலியராக இருக்கு. எந்த ஊரைச் சேர்ந்தவர்னு விசாரிக்கணும்” என்று சொல்லிக்கொண்டே போன நடராஜனுக்குப் பதில் ஏதும் சொல்லாமல் பிரபாகர் யோசனையுடன் நடந்தான்.

✲ ✲ ✲

அத்தியாயம் 6

'எவ்வளவு சீக்கிரம் இருட்டி விடுகிறது இங்கு' என்று லீனா அலுத்துக்கொண்டாள். மணி ஆறுகூட ஆகாவிட்டாலும் இருட்டிவிட்டதே என்று பரபரத்துக் கொண்டு ஹாஸ்டலுக்கு ஓட வேண்டியிருக்கிறது. இந்தக் குளிர் வேறு. இந்த வருஷம் குளிர்காலம் பிய்த்து வாங்கப் போகிறதோ என்னவோ! இப்பொழுதே ஐந்து மணி ஆவதற்குள் வெடவெடக்க ஆரம்பித்துவிடுகிறது. இல்லாவிட்டால் இன்னும் உல்லாசமாகப் பொழுதைக் கழித்துவிட்டு வரலாமே...!

தனது புல் ஓவரை நன்றாக இழுத்து பட்டனை மாட்டிக்கொண்டு தலையில் ஒரு ஸ்கார்பைச் சுற்றிக்கொண்டு வேகமாக நடை போடுகையில் அவளது உள்ளம் ஆகாசத்தில் பறக்கிற மாதிரி இருந்தது. இத்தகைய ஒரு லாகிரியில் மனசு இதுவரை திளைத்ததே இல்லை என்று தோன்றிற்று. உலகமே சௌந்தரியமாய்ப் போனாற்போல் பார்வையே கிறங்கிப் போயிற்று.

எத்தகைய மாற்றம் ஏற்பட்டிருக்கிறது! அதைப் புரிந்துக்கொள்ளாமல் சுதா எத்தனை அலட்சியமாக இது எத்தனாவது கேஸ் என்று கேட்டாளே! லீனாவுக்கு அப்போதிருந்த மனநிலையில் கோபமேற்படவில்லை. சிரிப்புதான் வந்தது. அவள் பல ஆண்களுடன் பழகினது வாஸ்தவந்தான். நெருங்கிப் பழகினால்தானே அவர்கள்

எப்படிப்பட்டவர்கள் என்று தெரியும்? அனுபவமில்லாமலே விவேகம் வந்துவிடுமா? முக்கால்வாசி ஆண்கள், கிடைக்கும் சந்தர்ப்பத்தை நழுவ விடவேண்டாம் என்று அவளது சிநேகிதத்தை ஏற்படுத்திக் கொண்ட மாதிரி இருந்தது. அவர்களையெல்லாம் உதறியது எவ்வளவு நல்லதாகப் போயிற்று.

இப்பொழுது கிடைத்திருக்கும் சிநேகம் மனத்துக்கு எத்தனை இதத்தைத் தருகிறது. வெறும் கிளுகிளுப்பை ஊட்டாமல் வெறும் பௌதிக உணர்வுகளுக்கு மேல் ஏதோ மிக உன்னதமான சங்கமம் ஒன்று இருப்பது இப்பொழுதுதான் புரிகிற மாதிரி இருக்கிறது. இதற்கு முன்னால் அவளுடன் பழகிய ஆண்கள் சற்று நெருக்கம் ஏற்பட்ட உடனேயே அவளைத் தொட்டுத் தொட்டுப் பேச ஆரம்பிப்பார்கள். இடையைப் பிடித்தபடி நடப்பார்கள். அவளது உள்ளத்தை புரிந்துக்கொள்ளவே யாரும் முயன்றதாகத் தெரியவில்லை. அவளது பருவ உணர்ச்சிகளைத் தூண்டியே அவளிடம் நெருக்கத்தை எதிர்பார்த்த மாதிரி... எந்தவித கட்டுப்பாட்டையும் விரும்பாத அவளுக்கு அத்தகைய சிநேகத்தில் எந்தவித தவறும் இருப்பதாகத் தெரியவில்லை. எது சரி? எது தப்பு? எல்லாம் பிரமைகள்... களங்கமில்லாத மனசாயிருந்த இருதயத்தில் பிறகு நாகரிகம் என்ற பெயரில் மனிதனால் போட்டுக்கொண்ட லேயர்ஸ்... அந்த லேயர்ஸ் ஒன்றுக்கொன்று ஒட்டிக்கொண்டு தடிமனாகப் போய் இப்பொழுது மிஞ்சியிருப்பதெல்லாம் போலிகள்... வேஷங்கள்...

குஹாவுடன் பழகும்போது மனசு எப்படி விரிந்துக்கொண்டே போகிறது? அவனாக அவளது சிநேகிதத்தை நாடி வரவில்லை... சமீபத்தில் சரித்திர அஸோஸியேஷன் மீட்டிங்கில் அவன் 'டாயின்பீ'யின் புத்தகங்களையும், ஸயின்டிப்பிக்காக அவர் சரித்திரத்தை ஆராய்ந்ததையும் விளக்கினபோது லீனா மெய் மறந்து போனாள். அந்தப் பேச்சினால் டாயின்பீயின் கொள்கைகள் அவளை ஆகர்ஷிக்கவில்லை. குஹாவின்

சொற்பொழிவில் அவள் சொக்கிப் போனாள். அந்த ஆங்கில உச்சரிப்பின் அழகும், சொல்நயமும் அவள் இதுவரை அனுபவித்தறியாத உணர்வுகளைத் தூண்டின. அவள் பரவசத்தோடு அவனை வாழ்த்தியபோது அவன் எங்கோ நினைவாக இருந்தவன் மாதிரி வந்தனத்தைத் தெரிவித்தான். லீனாவுக்கு அத்துடன் அந்த பரிச்சயத்தை நிறுத்திக்கொள்ள இஷ்டமில்லை, அவளும் சரித்திர டிபார்ட்மென்டில் இருந்ததால் அவனுடன் நெருக்கமாகப் பழகப் போதுமான காரணங்களைக் கற்பனை செய்ய முடிந்தது. முதலில் அவன் சற்று விலகித்தான் இருந்தான். தயக்கத்துடன் பேசினான். அவளது அப்பட்டமான ஹீரோ ஒர்ஷிப் அவனுக்குப் போதையூட்டியிருக்க வேண்டும். இப்போது அவளோடு மனம்விட்டுச் சிரித்துப் பேசுகிறான். வாக்கிங் வருகிறான்... அவனது வார்த்தைகளிலும் செயல்களிலும் எத்தகைய கனிவு?

அவள் ஹாஸ்டலை நெருங்கும்போது அவளுக்கு திடீரென்று தோன்றிற்று. இந்த விஷயம் சுதாவுக்குத் தெரிந்தால் அவள் என்ன சொல்வாள்? லீனாவுக்குச் சற்று யோசனையாக இருந்தது. ஆனால் கூடவே ஓர் அலட்சியமும் தோன்றிற்று. சுதா என்ன நினைத்தால் அவளுக்கென்ன? கிட்டத்தட்ட ஆறு மாதங்களாக ஒரே அறையில் வசிக்கிறார்கள். இருந்தும் சுதாவைப்பற்றி அவளால் ஒன்றுமே நிச்சயமாகத் தெரிந்துக்கொள்ள முடியவில்லை. சுதா மனம்விட்டு என்றுமே தப்பித் தவறிப் பேசிக்கூடக் கேட்டதில்லை. மற்ற ஆண்களுடன் மனிதப் பிறவிகள் என்கிற ரீதியில் சகஜமாகப் பழகுகிறாளே தவிர, பருவ உணர்ச்சிகள் ஏதும் இருப்பதாகக்கூடத் தெரியவில்லை. அவ்வளவு அழகாக அவள் இருந்தும் எந்த ஆணும் அவளிடம் இளித்து வாலாட்டினான் என்கிற சந்தர்ப்பமே ஏற்பட்டதில்லை. அது எப்படி சாத்தியமாயிற்று என்று லீனாவுக்கு அதிசயமாக இருந்தது. என்னவோ இருந்தது சுதாவிடம். 'ஏதோ ஒரு வகையான கம்பீரம். வெறியைத் தூண்டாத மரியாதை கொடுக்கத் தூண்டும் ஒரு கம்பீரம்!'

லீனாவின் அடிமனத்தில் சுதாவுக்குத் தன்னைவிட விவேகம் உண்டு என்ற ஓர் எண்ணம் குறுகுறுத்ததால் அவள் தனது புதிய சிநேகிதத்தைப் பற்றி என்ன நினைப்பாளோ என்று ஒரு யோசனை குடைந்தது.

ஆனால் அவளுக்கு எங்கே தன்னுடைய உணர்ச்சிகள் புரியப் போகிறது? காதலைப் பற்றியும் அதனால் நெஞ்சில் ஏற்படும்... எங்கே புரிந்துகொள்ளப் போகிறாள்? குஹாவை தூரத்தில் பார்க்கும்போதே நெஞ்சு படபடக்கிறதே? நூத்துக்கிழவி மாதிரி எப்பவும் வேதாந்தம் பேசுகிறவளுக்கு இத்தகைய மெல்லிய உணர்வுகள் எப்படிப் புரியப்போகிறது?

ஹாஸ்டலை அடைந்ததும் அறைக் கதவு தாழிடப்படாமல் இருப்பதையும், உள்ளே விளக்கு எரியாமலிருப்பதையும் பார்த்து உள்ளே நுழைந்து விளக்கைப் போட்டாள். சுதா கண்ணைக் கூசும் வெளிச்சத்தைப் பார்க்க முடியாமல் கண்ணை மூடிக்கொண்டாள்.

அவளை அந்த மாதிரி பார்க்கும்போது லீனாவுக்கு தூக்கிவாரிப் போட்டது.

''ஏய், என்ன உடம்புக்கு'' என்று கேட்டபடி அருகில் வந்தாள்.

தன் முகத்தைக் காட்டிக்கொள்ளவே சுதாவுக்கு வெட்கமாக இருந்தது.

''ஒன்றுமில்லை லீனா, கொஞ்சம் தலைவலி.''

''இந்தக் குளிர் ஊரில் நீ நடுராத்திரியில் எழுந்து குளிக்கறதினால் வரதுதான் இது'' என்று அவள் உரிமையோடு கோபித்துக் கொள்ளும்போது, சுதாவுக்கு சிரிப்புக்கூட வந்தது.

✲ ✲ ✲

அத்தியாயம் 7

சிறிதுநேரத்தில் லீனா சுடச்சுட ஒரு கோப்பைத் தேநீரையும், தலைவலி மாத்திரையையும் நீட்டியபோது, இவ்வளவு பிரியத்தைக் காட்ட லீனாவுக்குக் கூடத் தெரியுமா என்று அவள் நெகிழ்ந்துப்போனாள். பத்தே நிமிஷத்தில் தலையிலிருந்த பளுவெல்லாம் இறங்கிவிட்டாற்போல் இருந்தது. மனசு லேசாகப் போய் லீனாவைச் சீண்ட வேண்டும்போல் இருந்தது.

''ஆமாம், நீ என்ன இவ்வளவு நேரம் கழித்து வருகிறே? இவ்வளவு இருட்டினப்புறம்?''

லீனா உடை மாற்றுவதில் மும்முரமாக இருந்தாள்.

''ஏதோ வேலை இருந்தது...''

''கடைக்குப் போயிருந்தாயா?''

''ஊஹும்.''

''பின்னே?''

''உனக்கு நான் எல்லாம் சொல்லித்தான் ஆகணுமா?'' அவள் குரலில் கோபமில்லை. முகத்தில் புன்னகையும் கன்னங்களில் செம்மையும் படருவதை சுதா கவனித்தாள்.

அவள் தோளைக் குலுக்கியபடி, ''இட் ஈஸ் அப் டு யூ...'' என்றாள்.

லீனா மெல்ல அவளருகில் வந்து கட்டிலில் உட்கார்ந்தாள்.

''சரி, உன்கிட்ட சொல்லிவிடறேன். உனக்குத் தெரிஞ்சுக்கணும்னு ஆர்வம் இருக்கோ இல்லையோ, எனக்கு உன்கிட்ட் சொல்லாட்டா மண்டை வெடிச்சுடும் போலிருக்கு.''

சுதா சிரித்தபடியே அவள் கைகளைத் தன் கையில் வைத்துக் கொண்டாள்.

''சொல்லு சொல்லு... நான் ரொம்ப ஆர்வமாயிருக்கேன்.''

லீனா அவளை எதற்கோ இறைஞ்சுகிற மாதிரி பார்த்தாள்? ''நீ என் உணர்ச்சிகளை நம்பணும் சுதா. ஆனா உங்கிட்ட சொல்லத் தயக்கமா இருக்கு. நான் உண்மையாகவே அவரை நேசிக்கிறேன்.''

''யாரை?''

''புரொபஸர் குஹா!''

சுதாவுக்குத் தூக்கிவாரிப் போட்டது. லீனாவின் கைகளை அவளை அறியாமலே விடுவித்துக் கொண்டாள்.

''குஹாவையா? அவருக்குக் கல்யாணமாகி பெண்டாட்டி குழந்தை இல்லை?''

''ஸோ வாட்?'' என்று கேட்ட லீனாவை அதிர்ச்சியுடன் சுதா பார்த்தாள்.

''பின்னே என்கிட்ட இதைச் சொல்ல உனக்கு தயக்கம் ஏன் ஏற்பட்டது?'' என்று கேட்டாள் மென்மையாக.

***

சுதாவுக்குத் தூக்கம் வரவில்லை. என்னென்னவோ நினைவுகள், மனக் கிலேசங்கள், போராட்டங்கள், மனத்தை அலைக்கழித்துத் தூக்கமும் இல்லாமல், விழிப்பும் இல்லாமல் ஒரு நிலையாக இருந்தது. சொந்தப் பிரச்னைகளிலிருந்து

தப்பி ஓடி வந்துவிட்டதாக நினைத்திருந்தவளுக்கு அவை மறுபடி கிளம்பியிருக்கின்றன பூதாகாரமாய். உன் பிரச்னைகள் தீர்க்கூடியவை இல்லை என்கிற மாதிரி... பிரபாகர் இங்கு அவளைத் தொடர்ந்து வரக்கூடும் என்று ஏன் அவளுக்குத் தோன்றவில்லை? அவ்வளவு தீவிரம் அவனுள் இருக்கும் என்ற நம்பிக்கை அவளுக்கு எப்படி இல்லாமல் போயிற்று? இன்னும் என்ன புதிய பிரச்னைகள் முளைக்கப் போகின்றனவோ என்று அவள் புரியாமல் திகைத்தாள். தினமும் பிரபாகரைச் சந்திக்காமல் இருக்க முடியாது... சந்திக்கும்போது அவன் பேச்சை, பார்வையை, கனிவை, கேட்டும் கண்டும் இந்த மனசை பொங்காமல் எப்படிப் பார்த்துக் கொள்வது? தன்னால் ஒரு சராசரி பெண்ணை மாதிரி நடந்து கொள்வது அசாத்தியம் என்கிற அவளது எண்ணத்தைத் தகர்க்க அவன் முயன்றால் நிச்சயம் அவனுக்கு ஏமாற்றம்தான் வரப் போகிறது. ஏனென்றால் எல்லாப் பெண்களையும்போல் அவள் வளரவில்லை. மனசு மலர ஆரம்பிக்கும்போதே அது கருவிட்டது. அதில் எந்த உரத்தைப் போட்டால் மறுமலர்ச்சி ஏற்படும்?

லீனா நிம்மதியாகத் தூங்கிக் கொண்டிருக்கிறாள். அது எப்படி அவளுக்குச் சாத்தியம் என்று சுதாவுக்கு அதிசயமாக இருந்தது. தன் செய்கையின் விபரீதத்தையே உணராதவள் மாதிரி பேசுகிறாள். அவள் மனத்திலும் ஒரு தயக்கம் இல்லாமல் இல்லை என்பது சுதாவின் கேள்விகளுக்கு அவள் நேர்முகமாகப் பதில் சொல்லாமல் எங்கேயோ பார்த்தபடி பேசுவதிலிருந்து தெரிந்தது.

''கல்யாணமானவரைக் காதலித்தால் என்ன தப்பு?'' என்றாள் லீனா.

சுதா மென்மையாகவே கேட்டாள், ''ஏற்கெனவே ஒருத்திக்குச் சொந்தமானவர் உனக்கு எத்தனை சதவீதம் அன்பு கொடுக்க முடியும்? உனக்கு வேண்டியது வெறும் சிநேகமா அல்லது அன்பா?''

"இரண்டும்தான்!"

"அப்பொழுது அவரது இளம்மனைவியைப் பத்தி யோசித்துப் பார்த்தாயா?"

லீனா ஆயாசத்துடன் அவளைப் பார்த்தாள். "உனக்கு என் உணர்ச்சிகள் புரியாது சுதா, நாங்கள் இருவரும் பேசப் பேச எங்கள் கருத்துக்கள் எப்படி ஒன்றாக இருக்கிறது என்று ஆச்சரியப்பட்டுப் போகிறேன். நான் கொடுக்கும் தோழமை அவளால் அவருக்குக் கொடுக்க முடியாது. எழுத்து வாசனையே இல்லையாம் அவளுக்கு. அவளால் அவருக்கு என்ன சுகம்தான் கிடைத்துவிடப் போகிறது?"

சுதாவுக்கு அவளது பேச்சே அதிர்ச்சியாக இருந்தது.

"அதுதான் இல்லை. சுயநலமில்லாமல் இருவருக்கும் அன்பு செலுத்தத் தெரிந்தால் எந்தவிதமான பேதமும் பெரிதாக இருக்காது. உன் பேச்சு வேடிக்கையாக இருக்கு லீனா. உன் வாதப்படி படிச்ச மனைவிகளை அடைந்தவர்களெல்லாம் மிகச் சந்தோஷமாயிருக்கிறார்கள் என்று அர்த்தம்! என்னுடைய சித்தப்பா ஒரு பெரிய எழுத்தாளர். என்னுடைய சித்திக்கு அவருடைய எழுத்து உலகத்தைப் பற்றி ஒன்றுமே தெரியாது. ஆனால் அவர்களைப் போல் ஒத்துமையான தம்பதியை நான் பார்த்ததேயில்லை. நீ சொல்லும் உணர்வுகளும் உணர்ச்சிகளும் ஒரு டெம்ப்ரரி மயக்கம்தான். அந்தந்தப் பருவத்தில் ஏற்படறது, உன்னுடைய வக்ர வாதங்கள்னாலே அநியாயமாய் அந்தப் பெண்ணின் வாழ்க்கையை நாசப்படுத்தாதே."

லீனாவுக்கு அலுப்பைத் தந்திருக்க வேண்டும் அவளது உபதேசம்.

"சுதா, ப்ளீஸ், உன் உபதேசத்தை நிறுத்து. அந்தப் பெண்ணைப் பற்றி அதிகமாய்க் கவலைப்படாதே. நான் ஒண்ணும் அவளை டைவோர்ஸ் செய்து என்னைக் கல்யாணம் செய்துக்கொள்ளச் சொல்லமாட்டேன், ஐ டோன்ட்

பிலீவ் இன் மேரேஜஸ். அப்படிப்பட்ட ஒரு பந்தம் எனக்குத் தேவையில்லை..."

லீனாவின் வார்த்தைகளைக் கேட்டு சுதா பேசாமலிருந்தாள். இப்படிப்பட்ட மனநிலை உள்ளவளோடு என்ன பேசுவது என்று புரியவில்லை. இருவரது உலகங்களும் வெவ்வேறாக இருக்கையில், யார் பேசுவது சரி, யாருடையது தப்பு? அவரவர் உலகங்களில் அவரவர்களுடைய எண்ணங்களே சரி...

லீனா பேசிக்கொண்டேயிருந்தாள். "நீ ஒரு 'ஃப்ரீக்' சென்று எப்பவுமே சொல்லுவேன். உனக்கு இந்த விஷயங்களிலெல்லாம் அனுபவமே கிடையாதுன்னு நினைக்கிறேன். குஹாவை பத்தி நான் நினைக்கிறபோதே என் மனம் பொங்கறதே அது உனக்குப் புரியுமா? அவரைத் தூரத்திலே பார்க்கும் போதே மனசு படபடக்கிறதே. உள்ளங்கையெல்லாம் வேர்த்துப் போறதே. அது உனக்குத் தெரியுமா? கல்யாணம் என்கிற பந்தத்தை ஏற்படுத்திக் காலமெல்லாம் ஒருத்தரோடு வாழ்ந்தால்தான் உண்டு என்பதில்லை. மனதார ஒருவனைக் காதலிக்கிறோம் என்கிற உணர்வே, அனுபவமே எனக்குப் போதும்! உனக்கு இதெல்லாம் புரியாது. ஏன்னா இதெல்லாம் குதூகலமான மனசுக்குச் சொந்தமான உணர்வுகள்... இப்ஸென்னையும் ஹாம்லட்டையும் போதிக்கிறவளுக்கு இதெல்லாம் எப்படிப் புரியும்... காரண காரியங்கள் நியாய தர்மங்கள் இதெல்லாத்தையும் யோசித்துதான் காதலிக்கணும்னா காதல்ங்கறதுக்கு அர்த்தமேயில்லை. லவ் மஸ்ட் ஹேவ் நோ டாபூஸ்!"

இவளிடம் இப்பொழுது விவாதிப்பதில் ஏதும் பிரயோஜனமில்லை என்று தோன்றிற்று சுதாவுக்கு,

அதற்குப் பிறகு இருவரும் அதிகம் பேசிக்கொள்ளவே இல்லை. லீனா படுத்ததுமே தூங்கிவிட்டாள். நிச்சயமாகவே அவளுக்கு நிச்சலனமான மனசா, அல்லது சுயநலமா என்று சுதாவுக்குப் புரியவில்லை. அவளுக்கு எவ்வளவோ

நேரமாகியும் தூக்கம் வரவில்லை. லீனாவின் வார்த்தைகளே சுழன்று சுழன்று வந்தன.

'உனக்கு இதிலெல்லாம் அனுபவமே கிடையாது' என்று அவன் எவ்வளவு நிச்சயமாகச் சொல்கிறாள்! அதில் சிக்குண்டு கரையேற வழித்தெரியாமல் இவ்வளவு தூரம் அவள் ஓடி வந்திருப்பது தெரிந்தால் லீனா அவளைப் பற்றி என்ன நினைப்பாள்? சுதாவுக்கும் மெல்லிய உணர்வுகள் உண்டு என்று அதிகம் மதிப்பாளா? அல்லது வாழ்க்கையை அனுபவிக்கத் தெரியாத பத்தாம்பசலி என்று அலட்சியப்படுத்துவாளா?

சுதாவுக்குத் தோன்றிற்று, லீனாவின் எண்ணங்கள் தன்னைப் பொறுத்தவரையில் நியாயத்துக்கு விரோதமானவையாக இருக்கலாம்; தர்மத்துக்குப் புறம்பானவையாகத் தோன்றலாம். ஆனால் லீனாவின் மனத்தில் சந்தேகங்கள் இல்லை... பயங்கள் இல்லை... நிழல்கள் இல்லை...

மெல்ல மெல்ல அவள் எப்பொழுது உறங்கிப் போனாள் என்று அவளுக்குத் தெரியாது. அவள் கண் விழித்தபோது லீனா எழுந்துவிட்டிருந்தது தெரிந்தது. கர்ட்டனை விலக்கிப் பார்த்தபோது சுரீரென்று வெயிலடித்தது. அவள் தூக்கி வாரிப் போட்டவளாக எழுந்தாள்.

அவள் அவசர அவசரமாகக் குளித்துவிட்டுத் தன்னை அலங்கரித்துக் கொள்ளும்போது தன்னையறியாமலே அன்று அலங்காரத்தில் அதிக சிரத்தை எடுத்துக் கொண்டாள். பச்சைப் புடவைக்கு பச்சை ஸ்டட்ஸையும் பச்சை மணி மாலையையும் அணிந்து தன் உருவத்தைக் கண்ணாடியில் பார்த்தபோது அவளுக்கே பிரமிப்பாக இருந்தது. அவளுக்கு என்ன வந்து விட்டது? நேற்றைய வைராக்கியம் எந்தக் காற்றில் பறந்து போய்விட்டது?

லீனா லேசாக விசில் அடித்தாள்; "வாவ்! என்ன இன்று ஒரே அமர்க்களமாக இருக்கு டிரஸ்? நீ இந்த மாதிரி காலேஜுக்குப்

போனோ டேஞ்சர்தான். ஏய், மிஸ்டர் குஹா உன் பின்னால் சுத்த ஆரம்பித்துவிடப் போகிறார்!''

சுதா சிரித்துக்கொண்டே தன் புத்தகங்களை அடுக்கி வைத்தாள்; ''லீனா, நீ இவ்வளவு ஸ்டுப்பிட்டாகப் பேசுவதாய் இருந்தால் உன்னோடு பேசுவதையே நிறுத்தப் போகிறேன். என் டிரஸ் காடியாக இருந்தால் சொல்லு, நான் மாற்றிக் கொண்டு விடுகிறேன்!''

லீனா அவளிடம் விளையாட்டாகக் கன்னத்தில் ஒரு தட்டுத் தட்டினாள். ''டோன்ட் பீ மேட், இன்றுதான் நீ நார்மலாகத் தெரிகிறாய், உன் மனசிலேயும் நார்மல் ஃபீலிங்க்ஸ் வரணும்னு எனக்கு ஆசை. நீ இந்த டிரஸ்ஸில் இந்த மூடில் ஹாம்லட்டை நடத்தினால் அவன்கூட உல்லாசப் புருஷனாகப் போயிடுவான்...''

இருவரும் சிரித்துக்கொண்டே காலை உணவை முடித்துக்கொண்டு யூனிவர்ஸிடி பில்டிங்குக்கு விரைந்தார்கள்.

அன்று நிஜமாகவே சுதாவின் மனசு உல்லாசமாக இருந்தாற் போலிருந்தது. நுழைவாயிலை அடைத்தபோதே கண்கள் 'துருதுரு'வென்று அலைபாய்ந்தன.

தூரத்தில் போர்ச்சை ஒட்டிய வராண்டாவில் பாண்ட் பாக்கெட்டில் கைகள் நுழைத்தபடி. நுழைவாயிலைப் பார்த்துக்கொண்டு நின்றிருக்கும் பிரபாகரைப் பார்த்ததும் மார்பு படபடவென்று அடித்துக் கொள்வதை அவள் உணர்ந்தாள். முகம் சிவந்துவிட்டதற்கு அறிகுறியாகக் கன்னமெல்லாம் சூடேறி விட்டதிலிருந்து தெரிந்தது.

அவள் இனம்புரியாத ஓர் உணர்வில் முன்னேறி நடக்கையில்...

''எக்ஸ்கியூஸ் மீ'' என்ற குரல் கேட்டுத் திரும்பினாள்.

''நீங்கள் மிஸ் சுதா இல்லை?'' என்று தமிழில் கேட்டபடி நடராஜன் நின்றிருந்தான்.

✲ ✲ ✲

அத்தியாயம் 8

சுதா திடுக்கிட்டுத் திரும்பினாள். எதிரே யாரோ அவளையே ஊடுருவி விடுவதுபோல் பார்த்துக்கொண்டு நிற்பது தெரிந்தது. மாநிறமாக, பார்த்ததுமே தெற்கத்தியர் என்று சொல்லிவிடும்படியாக, முன்பின் தெரியாதவர் அவ்வளவு உரிமையோடு தமிழில் அவளிடம் பேசியது அவளுக்கு ஆச்சரியமாக இருந்தது. அவன்தான் புதிதாக எகனாமிக்ஸ் டிபார்ட்மெண்டுக்கு வந்திருப்பவன் என்று அவள் ஊகித்துக் கொண்டாள்.

"ஆமாம்" என்றாள் அவள் புன்னகையுடன், நீங்கள்?"

"நான்தான் இப்பொழுது புதிய புரொபஸர் ஆஃப் எகனாமிக்ஸ்" - நடராஜன்.

"ஓ!" என்றாள் அவள். "நேற்றுதான் ட்யூட்டி ஜாயின் பண்ணினீர்கள் இல்லையா?" என்றாள் அவள், ஏதோ பேச வேண்டுமே என்பதற்காக, பிரபாகர் போர்ச்சில் நிற்பதும் தன்னைப் பார்த்துக்கொண்டிருப்பதும் அவளால் உணர முடிந்தது. நடராஜன் அவளை விடுவதாகக் காணோம்.

"ஆமாம், நானும் மிஸ்டர் பிரபாகரும் சேர்ந்துதான் வந்தோம். ட்யூட்டியும் ஒன்றாக ஜாயின் பண்ணினோம்" என்றான்.

அவள் சட்டென்று அவனை நிமிர்ந்து பார்த்தாள்.

''உங்களுக்கு முன்பே அவரைத் தெரியுமா?''

''ஊஹூம். சேர்ந்து பிரயாணம் செய்தோம். ஆனால் இங்கு வந்துதான் பரிச்சயமே ஆயிற்று... ஆனால் உங்களைப் பார்த்தால்தான் எங்கேயோ பார்த்த மாதிரி இருக்கிறது...''

அதைக் கேட்டுத் திடுக்கிட்டுப் போனவள் மாதிரி அவள் தன்னைப் பார்த்தது வியப்பாக இருந்தது நடராஜனுக்கு.

''எப்படி'' என்றாள் அவள் வேகமாக. ''உங்களைப் பார்த்த மாதிரி இல்லையே எனக்கு?''

அவன் முகவாயைத் தடவி விட்டுக் கொண்டான். ''தெரியவில்லை. ஆனால் முகம் பெமிலியராக இருக்கிறது. உங்களை மாதிரி சாயலாய் யாரையாவது பார்த்திருக்கிறேனோ என்னவோ! உங்களுக்கு எந்த ஊர்?''

அவள் ஊரைச் சொல்லாமல் பொதுவாக 'கர்நாடகா' என்றபடி, ''நேரமாகிறது, வரட்டுமா?'' என்று 'விறுவிறு' வென்று நடையைக் கட்டினாள்.

அவள் போர்ச்சை அடைந்தபோது அவளது முகம் வெளிறிப் போயிருந்ததை பிரபாகர் யோசனையுடன் கவனித்தான்.

''ஹல்லோ!'' என்றான் அவள் கவனத்தைத் திருப்புகிற மாதிரி.

அவள் சட்டென்று ''ஹல்லோ!'' என்றாள் புன்னகைத்தபடி.

மறுபடியும் அவள் கன்னங்களில் செம்மை படருகிற மாதிரி இருந்தது. அவன் சற்று நெருங்கி வந்து, ''என்ன சமாசாரம்? நேத்து மத்தியானம் ஆளைக் காணோம்?'' என்றான்.

தன்னை அவன் தேடியிருக்கிறான் என்ற உணர்வு அவள் மனசுக்கு இதமாக இருந்தது.

''ஒரே தலைவலி'' என்றாள் அவள்.

''என்னாலா?'' என்றான் அவன், மெதுவாக.

அவள் பதில் போசாமல் நடந்தாள். அவனும் கூடவே நடந்தான்.

''நான் பயந்து போய்விட்டேன் சுதா. என்னை மறுபடியும் ஏமாற்றி விடாதே...''

''உஷ்! ட்யுரிங் பிஸினஸ் அவர்ஸ்...''

அவன் சிரத்தைத் தாழ்த்தி, ''வீ ஷல் டாக் பிஸினஸ்'' என்று தன் வரிசைப் பற்கள் தெரியச் சிரித்தான்.

அவனை அந்த மாதிரி பார்க்கையில் பழைய நினைவுகள் எல்லாம் குபீரென்று வந்து அவள் திக்குமுக்காடிப் போனாள். தன் மனத்தின் படபடப்பை அவன் எங்கே கண்டுபிடித்து விடுவானோ என்று பயந்தவள் மாதிரி அவள் தன் பார்வையை வேறுபக்கம் திருப்பினாள்.

''அது சரி, சற்று முன்னால் அந்த நடராஜன் என்ன சொன்னார் உன்னிடம்? உன் முகமே மாறிப்போயிருந்ததே?''

அவள் தலையைக் குனிந்துக்கொண்டாள். ''என் முகம் ரொம்ப பெமிலியராக இருக்கிறதாம் அவருக்கு... என்னை மாதிரி யாரையோ பார்த்திருக்கிறாராம்.''

பிறகு சட்டென்று அவனது முகத்தை நிமிர்ந்து பார்த்தாள், இருவரது பார்வையும் ஒரு விநாடி சிக்கிக் கொண்ட மாதிரி நின்றது.

அவள் அந்த மாதிரி திசை தெரியாமல் விழிக்கும் மான்குட்டி மாதிரி மருளப் பார்க்கையில் அவனுக்கு மிகப் பரிதாபமாக இருந்தது. அவளை மார்புற அணைத்துக்கொண்டு உன் பயங்களுக்கு ஏதும் அர்த்தமேயில்லை என்று சமாதானப்படுத்த வேண்டும்போல் இருந்தது. மிகச் சாதாரண விஷயத்தை நீ விபரீதமாக நினைத்துக்கொண்டு வாழ்க்கையை நாசப்படுத்திக் கொள்கிறாய் என்று சொல்ல வேண்டும்போல் இருந்தது.

அவன் எதுவுமே சொல்லாமல், "யூ ஆர் எ வெரி பிரட்டி ஸ்டுபிட் கேர்ள்" என்றான். "நீ ஆசார்யா ரஜனீஷின் ஆசிரமத்துக்குப் போனால் சரியாவாயோ என்னவோ!"

அவள் தன்னையும் மீறிச் சிரிக்கையில் அவள் கன்னங்களில் விழும் குழிகளைப் பார்த்து அவன் ரசித்தான்.

"ஹம்லட்டில் ரொம்ப மூழ்கி விடாதே. என்னை எப்பவுமே அந்த காரெக்டர் கவர்ந்ததில்லை. அவன் ஒரு திடச்சித்தமில்லாதவன். கோழைகளைக் கண்டாலே எனக்குப் பிடிக்காது..."

அவள் அவனை மென்மையாகப் பார்த்தாள். அந்தப் பார்வையில் ஒரு கையாலாகாத்தனம் தெரிகிற மாதிரி இருந்தது அவனுக்கு. இவள் மனத்தைச் செப்பனிடத் தன்னால் இயலுமா என்கிற ஆயாசம் அவனுள் படர்ந்தது.

"இன்று மத்தியானம் தலைவலி வராதே?" என்றான் மென்மையாக.

அவளுடைய கன்னங்களில் மறுபடியும் குழி விழுந்தது.

"வராது என்று நினைக்கிறேன்."

"அப்போ காலேஜ் முடிந்ததும் எனக்கு ஷில்லாங் தெருக்களை அறிமுகப்படுத்துவாயா?"

"எனக்கே அதிகம் தெரியாதே!"

"தென் லெட் அஸ் எக்ஸ்ப்ளோர் தெம் டுகெதர்!"

"அதற்கு என்ன அவசரம்?"

"தலை போகிற அவசரம்!"

அவள் ஏதும் பதில் சொல்வதற்குள் மணி அடித்து மற்ற புரொபஸர்கள் எல்லாம் அவசர நடை போடுகையில், அவள் தப்புவதற்கு வழி கிடைத்த மாதிரி அவனிடம் வெறும் பார்வையால் விடைபெற்றுக் கொண்டு ஓடினாள்.

★★★

மாணவர்கள் காத்திருந்தார்கள். இப்ஸனின் ஹெட்டா காப்ளர் - அவளுக்குச் சட்டென்று பிரபாகரின் வார்த்தைகள் நினைவுக்கு வந்தது.

'எனக்குக் கோழைகளைக் கண்டாலே பிடிக்காது...'

ஹெட்டா காப்ளரும் கோழைதான். கட்டிய அப்பாவி புருஷனுடன் திருப்தியுடன் வாழ முடியாமல், பந்தத்தைவிட்டு வாழவும் தைரியமில்லாமல் வாழ்வை முடித்துக் கொண்டவள். சமூகத்தின் வதந்திகளைக் கண்டு பயந்தவள். அவள் எப்படி இருந்தால் பிரபாகருக்குப் பிடித்திருக்கும்? தைரியமாக சமூகத்தை எதிர்த்து தன்னிஷ்டபடி வாழ்ந்திருந்தால் சரியாகப்படுமோ? கணவனுக்கு துரோகத்தைச் செய்வதா? எது துரோகம்? கணவனுடன் வாழ்ந்துக்கொண்டே வேறொருவனை நினைத்துக்கொண்டு பொய்யாக இருப்பதா? இல்லை, அவனை விட்டுவிலகி தான் விரும்புபவனுடன் நிஜ வாழ்க்கை வாழ்வதா? எது சரி, எது தப்பு, தப்பே சரியாய் சரியே தப்பாய் சில சமயங்களில் படும்போது எதை ஏற்பது? இருதயத்து ஒரு மூலையை பலமாக எதுவோ தாக்குகிற மாதிரி இருந்தது... மண்டையில் ஆயிரம் கேள்விகள் முளைத்து முளைத்து அவளைக் குழப்பமடையச் செய்தன. தலை சுற்றுகிற மாதிரி இருந்தது... இந்தக் குழப்பங்கள் எப்பொழுது போகும்? எவ்வளவோ வருஷங்களாக மனத்தைக் குழப்பும் குழப்பங்கள்... மனத்தை வாட்டி அதைப் பிரமை பிடிக்க வைத்து நிழல்களாய்த் தொடரும் குழப்பங்கள்...

ஹெட்டா காப்ளர் அவள் எதிரே விரித்தபடி இருக்க, அவளது சிந்தனை பின்னே பின்னே சென்று கொண்டிருந்தது. அவள் மனத்தை இழுத்துப் பிடித்துக்கொண்டாள்.

எதிரே கள்ளங்கபடமற்ற முகங்கள். தைரியமாக எதிர்காலத்தை வரவேற்கும் தெம்பிருந்தது இவர்களது முகத்தில், வாழ்க்கையில் அதிக அனுபவமில்லாவிட்டாலும் தீர்க்கமாக எதையும் சிந்தித்துத் தீவிரமாக விவாதிக்கும்

திறமை இருந்தது. இவர்களுடைய வீடுகளெல்லாம் வெளிச்சம் நிறைந்தவையாக இருக்க வேண்டும். அதுதான் அவ்வளவு தெளிவு இருக்கிறது முகத்தில், பேச்சில், சிரிப்பில்...

அவள் புன்னகையுடன் எழுந்து அன்றைய லெக்சரைத் துவங்கினாள்.

முழு நாடகத்தை முடித்துவிட்டிருந்ததால் பாத்திரப் படைப்பின் குணாதிசயங்களைச் சர்ச்சை செய்யும் கட்டம். மாணவ மாணவியர் ஒவ்வொருவராகத் தங்கள் அபிப்பிராயத்தைத் தெரிவிக்க ஆரம்பித்தார்கள்.

''ஹெட்டா காப்ளர் ஒரு ந்யூராடிக். அப்படிப்பட்ட மனநிலை உள்ளவள், கணவனோடு வாழ்வதைவிடத் தற்கொலை செய்துக்கொண்டது தேவலை. ஏனென்றால் ஹர் மேரேஜ் இட் ஸெல்ப் வாஸ் சூயஸைடல்! அவள் வாழ்ந்திருந்தால் சமூகத்துக்குத்தான் கெடுதலாயிருக்கும்.''

சுதா ஆர்வத்தோடு நிமிர்ந்து உட்கார்ந்தாள். ''இல்லை. அவள் ஒரு கோழை. அவளுடைய சுபாவத்துக்குச் சற்றும் பொருத்தமில்லாத ஒரு கணவனோடு அவளுக்கு உண்மை அன்போடு வாழ முடியவில்லை. ஆனால் தன்னிச்சைப்படி வாழத் துணிவில்லை. சமூகத்தை எதிர்க்கத் துணிவில்லை. ஷி ஹேட் நோ கரேஜ் டு பீ ட்ரூ டு ஹர் ஓன் ஹார்ட்!''

''அன்றைய ஐரோப்பிய சமூகம் அப்படி இருந்தது. இன்றைய இந்திய சமூகம் மாதிரி... இன்ஹிபிஷன்ஸ் நிறைந்த முதுகலும்பில்லாத சமூகம். வேலிகளைத் தாங்களே போட்டு, அந்த வேலிகளைத் தாங்களே தாண்டப் பயப்படும் சமூகம். ஹெட்டா காப்ளர் போன்ற பெண்மணிகளுக்கு அத்தகைய சமூகத்தில் இடமில்லை. வதந்திகளுக்கு மிக முக்கியத்துவம் கொடுத்த சமூகமே அவளை ஆங்காரியாக ஆக்கிவிட்டது. மனத்தில் பொங்கும் உணர்ச்சிகளுக்கு அணை போடவேண்டிய கட்டாயமேற்படுவர்கள் ந்யூராடிக்காகத்தான் போவார்கள்.''

"அவள் ஒரு விரும்பத்தகாத காரெக்டர். அவள் சாகும்போது பச்சாதாபமே ஏற்படுவதில்லை..."

மணி ஓசை அடித்ததுகூடத் தெரியாமல் பிரமை பிடித்த மாதிரி சுதா உட்கார்ந்திருந்தாள். தன்னைவிட வயதில் சிறியவர்கள் தன்னைவிடத் தீர்க்கமாகச் சிந்திப்பதாக அவளுக்குப்பட்டது. அவளது சிந்தனையே தடம் புரண்டு போய்விட்டது போலிருந்தது. வாஸ்தவத்தில் தானே ஒரு நூற்றாண்டுக்குப் பின்னால் இருப்பதுபோல் ஒரு பிரமை ஏற்பட்டது. சமூகத்தில் ஹெட்டா காப்ளர் மாதிரி, ஆசைவெறி பிடித்தவர்களாய், ஆசைகள் நிறைவேறாத, ஏமாற்றமுள்ளவர்களாய், ஏமாற்றத்தைப் போக்கிக் கொள்ளத் தெரியாத கோழைகளாய், ஒன்றிரண்டு பெண்கள் இருந்தாலும், சமூகம் பஸ்பமாகிவிடாதா? ஹெட்டாலின் கோழைத்தனமே, போலி வாழ்வே அவளை ஒரு ந்யூராடிக்காக ஆக்கியது. அவளே தைரியமாய், தன் இயல்புக்கு விரோதமில்லாமல் நடந்திருந்தால், வதந்திகளை எதிர்க்கத் துணிந்திருந்தால்? நாடகத்தில் அத்தனை சோகம் ஏற்பட்டிருக்காது... அவளது சுபாவமே அத்தனை கொடூரமாக ஆகியிருக்காது. சமூகம் கொஞ்சநாள் வம்பளந்திருக்கும்... அளக்கட்டுமே...! அதனால் என்ன நஷ்டம்?

திடீரென்று சுதாவுக்குப் புரிந்தது... தன் மனத்தில் இருப்பது ஹெட்டா காப்ளர் இல்லை என்று... அவன் சிந்தனையைக் கலக்கியது வேறு யாரோ!

✲ ✲ ✲

அத்தியாயம் 9

'லஞ்ச் ப்ரேக்'குக்கு மணியடித்ததும் வழக்கத்தைவிட ஆயாசமாக இருந்தது சுதாவுக்கு. மனச் சிந்தனைகளினாலேயே உடலில் சோர்வு ஏற்பட்டிருந்தது என்று புரிந்தது. காலையில் அவசரத்தில் முடித்துக்கொண்ட 'ப்ரேக்பாஸ்ட்' வேறு எங்கேயோ கரைத்து வயிற்றைக் கிண்டியது. அவள் ஹாஸ்டலுக்கு விரைவதற்காக அவசரமாக நடந்தாள்.

"ஹல்லோ!"

அவள் திடுக்கிட்டு நிமிர்ந்து பார்த்தாள்.

அந்த மீஸோ மாணவர்கள் கண்கள் இடுங்க பற்கள் தெரியச் சிரிந்தபடி. "யூ லுக் லவ்லி டுடே மேடம்" என்றான் ஒருவன் நாடகப் பாணியில், வால்டர் ராலே மாதிரி.

திடுக்கிட்டாலும் சுதா சிரித்துக்கொண்டே. "தாங்க்யூ" என்றபடி நகர்ந்தாள்.

அவளுக்கு வேடிக்கையாக இருந்தது. அவர்களைப் பார்க்கும்போது, மற்ற இந்திய மாகாணத்திலிருந்து வரும் மாணவர்களுக்கும் இவர்களுக்கும் நிறைய வித்தியாசம் இருந்தது கருத்து அடிப்படையிலேயே. வெளித்தோற்றத்தில் மேனாட்டவர்களைக் காப்பி அடித்தாலும் மிசோராமைச் சேர்ந்த பழங்குடி மக்களான அவர்களது வாழ்க்கை முறையே சிக்கலே இல்லாத வாழ்க்கையா இருந்தமாதிரி இருந்தது. எந்தவிதக்

கட்டுப்பாடுகளோ சம்பிரதாயங்களோ இல்லாத மக்கள். கொஞ்சம்கூட விகல்பமில்லாமல் ஆணும் பெண்ணும் பழகும் சமுகம். எப்பொழுது பார்த்தாலும் உல்லாசமாக இருக்கிறார்கள். கையில் கிடாரும் மதுவும் இருந்துவிட்டால் சொர்க்கத்தை உருவாக்குகிறார்கள். ஆனால் படிப்பில்தான் வீக்.

படிப்பு படித்து என்ன பயன் என்று திடீரென்று சுதாவுக்குத் தோன்றிற்று மனச் சுமையில்லாமல் வாழத் தெரியாவிட்டால்?

ஹாஸ்டல் வந்துவிட்டது. லீனா ஒரு பாட்டை முணு முணுத்தபடியே ஒரு வால்ட்ஸ் அடித்துக்கொண்டு அவள் பக்கத்தில் உட்கார்ந்தாள். தன்னைத் தவிர இன்று உலகமே உற்சாகத்தில் துள்ளுகிற மாதிரி இருந்தது சுதாவுக்கு.

கொஞ்சம் சாப்பாடு உள்ளே இறங்கியதும்...

"ஊம்... என்ன நியூஸ்? உற்சாகம் கண்ட்ரோலில் இல்லாமல் போகிறது! மிஸ்டர் குஹாவை நீ சந்தித்தாயா?" என்று கேட்டாள்.

"மிஸ்டர் குஹாவை நான் சந்திக்கிறதுதான் பெரிய விஷயமா? அதைவிட பெரிய விஷயமெல்லாம் இப்பொழுது யூனிவர்ஸிடியில் நடக்க ஆரம்பித்திருக்கிறது." என்றாள் லீனா.

சுதா கண்களை அகல விரித்தாள். "அப்படியா, எனக்குத் தெரியாதே? அது என்ன விஷயம், மகா விஷயம்?"

லீனா அதற்கு நேரிடையாகப் பதில் சொல்லாமல், "ஆஹா! என்ன பொருத்தம்! என்ன ஜோடிப் பொருத்தம்! மேட் ஃபார் ஈச் அதர். கன்டஸ்டுக்குப் போனால் நிச்சயம் முதல் ப்ரைஸ்தான்" என்றாள் அவள்.

சுதா பேசாமல் அவளையே பார்த்துவிட்டு தோளைக் குலுக்கியபடி சாப்பாட்டைத் தொடர்ந்தாள்.

லீனா அவளது கையைப் பிடித்துக்கொண்டாள்.

''அதான் பார்த்தேன். இன்றைக்கு என்ன அதிசயமாக ட்ரஸ் அமர்க்களப்படுகிறதேன்னு... நீ அந்த ப்ரொபஸர் பிரபாகரோடு பேசிக்கொண்டும், சிரித்துக்கொண்டும் போகிற காட்சி இருந்ததே, அப்பா! இட் வாஸ் ஸச் எ மார்வலஸ் ஸைட்!''

சுதாவுக்கு முகம் குப்பென்று சிவந்தது. ''ஒரே டிபார்ட்மென்டைச் சேர்ந்தவர்கள் பேசிச் சிரித்தால் இப்படித்தான் முடிவுகட்டி விடுகிறதா? உன்னையும் மிஸ்டர் குஹாவையுமே அளவுகோலாக வைத்துக் கொள்கிறாய் நீ.''

லீனா மசியவில்லை. ''என்னை ஏமாத்தப் பார்க்காதே பேபி. இன்னொரு விஷயமும் தெளிவா தெரிகிறது. உனக்கு பிரபாகரை முன்னாடியே தெரியும். புதிசா பார்க்கிறவரோட அந்த மாதிரி ஒரு மத்தியான உறவுக்குள்ளே பார்த்துப் பேசிட முடியாது. ஆம் ஐ நாட் ரைட்?''

சுதா அதிர்ந்து போனாள். அவ்வளவு அசட்டுத்தனமாகவா நடந்து கொண்டிருக்கிறாள் அவள், இவ்வளவு விரைவில் மற்றவர்கள் கவனிக்கும்படி.

''மிஸ்டர் பிரபாகரைப் பார்த்தால் தெரிகிறது உன்னைத் தலைகீழாக் காதலிக்கிறார்னு! ஒரு மத்தியானத்திலே முளைச்சிடுமா அது?''

''அப்போ லெட் அஸ் மேக் ஹிம் ஸ்ட்ரெய்ட்'' என்று சிரித்தாள் சுதா.

''நான் கேட்ட கேள்விக்கு இன்னும் பதில் இல்லை?''

''என்ன கேட்டாய் என்று எனக்கு நினைவில்லை. ஒரே நினைவுதான் எனக்கு. மத்தியான கிளாஸுக்கு ஓட வேண்டுமென்ற நினைப்பு.''

''ஓ, அவ்வளவு அப்பாவி இல்லை நீ... ஆள் உள்ளே இருக்கே. ஒரு நாளைக்கு நான் உன்னையே சொல்ல வைப்பேன் பார்...''

சுதா சிரித்துக்கொண்டே கையைக் கழுவிக்கொண்டு உடையைச் சரி செய்துக்கொண்டாள்.

"சரி, உன்னுடைய புரோகிராம் என்ன இன்னிக்கு?"

"ஓ! நானும் குஹாவும் ஒரு பிச்சருக்குப் போகப் போறோம். இரவு வெளியிலேயே சாப்பிட்டுவிட்டு வருவேன். எனக்காக வெயிட் பண்ணாதே..."

ஐயோ பாவம் மிஸஸ் குஹா என்றிருந்தது சுதாவுக்கு, அவள் ஒன்றும் சொல்லாமல் கிளம்பினாள்.

இன்று சாயங்காலம் தனக்கும் ஒரு என்கேஜ்மென்ட்டு இருப்பது நினைவுக்கு வந்தது. பிரபாகர் அவ்வளவு தூரம் சொன்னபிறகு அவனுடன் வெளியில் போகாமல் எப்படியிருக்கிறது? அந்த நினப்பே அவளது மனசைப் படபடக்கச் செய்தது. மாலை திரும்புகிற சமயத்தில் இன்னும் அதிகமாகக் குளிருமே என்கிற நினைப்புடன் அறைக்குச் சென்று ஒரு ஷால்வையும் எடுத்துக்கொண்டாள்.

"உனக்கும் ஒரு புரோகிராம் இருக்குன்னு சொல்லு."

"இல்லையே?"

"பின்னே எதற்கம்மா ஷால்?"

"வரவர எனக்குக் குளிர் தாங்கறதில்லை!"

"ஓ!" என்று பெரிசாகச் சிரித்தாள் லீனா. "புரிகிறது, யு ஆர் ஸர்ச்சிங் ஃபார் வார்மத் என்று புரிகிறது."

"யு ஆர் ஸ்டுபிட் ஆஸ் யூஷுவல்" என்று நகைத்தபடி சுதா வேகமாக நடையைத் தொடர்ந்தாள். லீனாவுடன் பேசினதில் மனசு லேசாகிப் போனாற்போல் இருந்தது. அவள் வகுப்பறையில் நுழையும்போது அவள் முகத்தில் புன்னகையும் கன்னங்களில் செம்மையும் இருப்பதை மாணவர்கள் அதிசயத்துடன் பார்த்தார்கள்.

பாடம் நடத்துகையிலேயே அடிக்கடி கண் கடிகாரத்தைப் பார்ப்பது அவளுக்கே தெரிந்தது. கடைசி பீரியட் முடிந்ததும் திடீரென்று ஒரு தயக்கம் ஏற்படுகிற மாதிரியும் இருந்தது. தன்னால் அவனது அருகாமையை அவனது கருணை மிகுந்த பார்வையைத் தாங்க முடியாதுபோல் இருந்தது. அவனது அன்புக்கும் கேள்விக்கும் தன்னால் பதில் சொல்ல முடியாது என்கிற பழைய பயம் அவளை மறுபடி சூழ்ந்துக்கொண்டது...

அவள் க்ளாஸ் ரூமைவிட்டு வெளியே வந்தாள். மூலை திருப்பத்தில், லைப்ரரியின் நுழைவாயிலில், அவளது பார்வை அலைபாய்ந்தது. படிகளுக்கப்பால் கீழே நீண்டிருக்கும் வராண்டாவில் மாட்டியிருக்கும் நோட்டீஸ் போர்டுகளைப் பார்வையிட்ட வண்ணம் பிரபாகர் நின்றிருப்பதைக் கண்டதும் அவளது மார்பு படபடவென்று அடித்துக் கொண்டது. அவன் ஏதேச்சையாகத் திரும்புபவன்போல் திரும்பினான். அவளைப் பார்த்து வெகு இயல்பாகச் சிரித்து, "குட் ஈவினிங்" என்றான்.

அவனது நடத்தையால் யாருக்கு என்ன சந்தேகம் வரும்? தன்மேல்தான் ஏதோ கோளாறு இருக்க வேண்டும் என்று சுதா நினைத்துக்கொண்டாள். தன் முகம்தான் எதையோ பறை சாற்றுகிறது.

"குட் ஈவினிங்" என்றாள் அவள். "இன்றைக்குத் தலையை வலிக்கவில்லை."

அவள் வலிய சகஜமாகப் பேசுவதைப் பார்த்துத் தன்னுள் ஏற்பட்ட வியப்பை வெளியே காட்டாத வண்ணம் அவன், "வெரிகுட்" என்றான். "வா, லெட் அஸ் கோ அண்ட் ஹேவ் எ ஹாட் கப் ஆப் டீ" என்றான். இன்றைய மாலைப் பொழுது இன்பமாகக் கழியப் போகிறது என்று உள்ளம் சிந்திக்க ஆரம்பித்தது. தனது சந்தேகங்களுக்கு விளக்கம் கிடைக்கப் போகிறது...

"மே ஐ ஜாயின் யூ?" என்று கேட்டு இருவரும் திடுக்கிட்டுத் திரும்பினார்கள். ஃபிலாஸபி புரொபஸர் மிஸ்டர் போஸ்

நின்றிருந்தார். ஒரு கணம் திகைத்துப் போய் நின்றிருந்த சுதா, "ஓ, கண்டிப்பாக..." என்றாள். ஒரு பக்கம் ஏமாற்றமாகவும் மறுகணம் அவர் வந்ததே நல்லதாகப் போயிற்றே என்றும் அவளுக்குத் தோன்றியது. பிரபாகர் தனது ஏமாற்றத்தை வெகு சாமார்த்தியமாக மறைத்துக் கொண்டான்.

தன் கவர்ச்சிச் சிரிப்பைக் காட்டியபடி "வித் ப்ளஷர்?" என்றான்.

"இன்று நான் ஓய்வாக இருக்கிறேன். உங்கள் இருவரையும் சந்திக்க வேண்டும் என்று நினைத்துக் கொண்டிருந்தேன். நல்ல வேலையாக இருவருமே அகப்பட்டு விட்டீர்கள். உங்களிருவருக்கும் வேலை இல்லையென்றால் கொஞ்சதூரம் நடக்கலாம்" என்றார் போஸ்.

"ஓ யெஸ். ஆனால் முதலில் ஒரு கப் டீ" என்றான் பிரபாகர்.

மூவரும் ஒரு ஹோட்டலில் டீயும் சொமாசாவையும் சாப்பிட்ட பிறகு 'ஹை தரி பார்க்'குக்குப் போகும் வழியில் நடந்தார்கள்.

✲ ✲ ✲

அத்தியாயம் 10

"நானே உங்களைப் பார்த்துப் பேச வேண்டும் என்று நினைத்துக் கொண்டிருந்தேன், மிஸ்டர் போஸ். உங்கள் பிள்ளை அனில் என்ன பிரமாதமாய் நடிக்கிறான் தெரியுமா? ஹாம்லெட்டின் ஒரு பாகத்தை நடித்துக் காட்டும்படி அன்று சொன்னேன். நான் மெய்மறந்து போனேன். அப்படியே தத்ரூபமாய் ஹாம்லெட் எதிரில் நிற்கிற மாதிரி இருந்தது" என்றாள் சுதா.

போஸுக்கு முகமெல்லாம் பிரகாசமாய்ப் போயிற்று. "நீங்கள் அவ்வளவு நன்றாகப் பாடம் நடத்துகிறீர்கள்" என்றார் அடக்கமாக.

"நான் பாடம்தானே நடத்துகிறேன்! நடிப்பைச் சொல்லித் தரவில்லையே!"

"அது சரி; அவனுக்கு ஆக்டிங் டேலன்டு இருக்கிறது. பார்ப்போம்! அவன் ஒரு டிகிரி வாங்கிவிட்டானானால் பிறகு அவன் இஷ்டப்பட்ட துறைக்குப் போகட்டும். நான் குறுக்கிட மாட்டேன். நான் எந்தவித எதிர்ப்புக்களையும் மனசில் வைப்பதில்லை" என்றார் போஸ்.

பிரபாகர் சிரித்தான். "ஃபிலாஸபி புரொபஸர் அல்லவா? அதனாலும் இருக்கலாம். நான் வாழ்க்கையில் அனுபவித்த பலவித அனுபவங்களினாலும் இருக்கலாம்..." என்றபடி யோசனையில் ஆழ்ந்தார் போஸ்.

பிரபாகர் கடைக்கண்ணால் சுதாவைப் பார்த்தான். ஷால்வையை மேலே சுற்றியபடி அவள் போஸ் சொல்வதை வெகு கவனமாகக் கேட்கிறவள் மாதிரி நடந்து கொண்டிருந்தாள். அவன் ஓசைப்படாமல் ஒரு பெருமூச்சு விட்டான்.

எத்தனை ஆவலோடு இந்த மாலைக்காக அவன் காத்திருந்தான்! இப்படி ஒரு வேதாந்தம் பேசும் புரொபஸரிடம் மாட்டிக்கொள்ள வேண்டி வந்துவிட்டதே!

***

சாப்பிட்டுவிட்டு ரஜாய்க்கடியில் முடங்கிக்கொண்ட சுதாவுக்குத் தூக்கம் வரவில்லை. ரஜாய்க்குள்ளே தெரிந்த இருட்டில் ரேடியம் டயல் வாட்ச் பதினொன்றைக் காட்டியது. லீனா இன்னும் வரவில்லை. சுதாவுக்கு அவளை நினைத்து சற்றுப் பொறாமையாகக்கூட இருந்தது. எப்படி நினைத்ததைச் செய்துகொண்டு வாழ்க்கையின் ஒவ்வொரு விநாடியையும் அனுபவித்துக்கொண்டு மனக்கிலேசம் சிறிதும் இல்லாமல் இருக்கிறாள்!

அன்றைய மாலைப் பொழுது எவ்வளவோ இனிமையாக இருக்கப் போகிறது என்று அவள் எவ்வளவோ படபடப்புடன் இருந்தாலும் கூடவே ஓர் இனம் புரியாத பயம் மனஸில் இருந்தது. அந்த போஸ் நடுவில் நுழைந்தபோது எங்கோ மனத்தின் ஒரு மூலையில் ஒரு ரிலீஃப் தோன்றிய மாதிரிகூட இருந்தது.

பிரபாகரை நினைத்தபோது அவளுக்குச் சிரிப்பாக வந்தது. எவ்வளவு சாதுர்யமாக நடந்துக்கொண்டாலும் போஸின் வருகையோ அவர் பேச்சோ அவனுக்கு ரசிக்கவில்லை என்று நன்றாகத் தெரிந்தது. அப்பாவி போஸுக்குக் கற்பனையேயில்லை என்று அவளுக்குப் பட்டது. அவரைப் பேசவிட்டுப் பிரபாகரைச் சீண்ட வேண்டும்போல் அவளுக்கு இருந்தது.

பார்க்கில் போய் மூவருமாக அமர்ந்ததும் போஸ் தன் வாழ்க்கையைப் பற்றி விவரிக்க ஆரம்பித்தார். அவர் பேசப் பேச சுதாவிற்குப் பிரபாகரின் தாபமோ 'சரசர'வென்று இருள் பரவுவதோ தெரியவில்லை.

பார்ட்டிஷன் சமயத்தில் கிழக்குப் பாகிஸ்தானிலிருந்து தாங்கள் ஓடிவந்த கதையை அவர் சொல்லுகையில் அவள் கண்களில் நீர்கூட வந்தது.

"எனக்கு இரண்டு வயதிலேயே அம்மா இறந்துவிட்டாள். அப்பாவுக்கு நிறைய ஆஸ்தி இருந்தது. அம்மா இல்லாத குறையே தெரியாமல் மிகச் செல்லமாக என்னை வளர்த்தார்... நான் காலேஜ் ஹாஸ்டலில் இருந்தபோது டின் டின்னாக ரஸகுல்லாவும் சந்தேஷும் அனுப்புவார். நான் என் சிநேகிதர்களைத் தூக்கத்திலிருந்து எழுப்ப அவர்கள் முகத்தில் சந்தேஷை விட்டெறிவேன்... அப்படி ஒரு காலம். பிறகு பார்ட்டிஷன் வந்தது. எல்லாவற்றையும் விட்டு உடுத்தின துணியோடு கல்கத்தா ஓடி வரவேண்டியிருந்தது. வழியில் நான் பார்த்த கஷ்டங்களையும் கோரங்களையும் நினைத்துப் பார்த்தால் எனக்கு இப்பொழுதுகூடத் தூக்கம் வருதில்லை... ஏழைமையென்றால் என்ன என்று அப்பொழுதுதான் புரிந்தது... எவ்வளவோ விஷயங்கள், வெறும் வார்த்தைகளின் வடிவத்திலேயே மனத்தில் இருந்த விஷயங்களின் உண்மையான அர்த்தம் அப்பொழுது வெகு எளிதில் புரிந்துபோனாற்போல் இருந்தது. அந்தக் கஷ்டத்தில், தாங்க முடியாத பசி வேளைகளில், யாரும் உதவி செய்ய முன்வராத நேரங்களில் குலம், கோத்திரம், மதம், மானம், அவமானம் என்பதெல்லாம்... நியாயம், தர்மம், கற்பு என்பதெல்லாம்கூட அந்த சந்தர்ப்பங்களில் இரண்டாம் பட்சமாகப்படும்... அந்த வார்த்தைகளெல்லாம் ரொம்ப ஆடம்பர வார்த்தைகள் மாதிரி, 'க்ளிசேக்'கள் மாதிரி தோன்றும்..."

சுதாவுக்கு அவர் வார்த்தைகளை நினைக்கையில் ஒரு சிலிர்ப்பேற்பட்டது.

"இப்பவும் நான் நினைக்கிறேன்... மனிதாபிமானம் என்பது மனிதர்கள் இடையே இல்லாவிட்டால், நாகரிகத்தின் உச்சகட்டத்தில் மனிதன் ஏற்படுத்திக் கொண்ட இந்த இலட்சியங்கள், வரம்புகள் எல்லாம் வெறும் அர்த்தமற்ற கோடுகள்தான்... மன்னிக்குந்தன்மை, சகிப்புத்தன்மை, மனிதனை மனிதனாக நடத்தும் கருணை இவைதான் முக்கியம். மதம் என்கிற பெயரில் அப்பொழுது அதே மதம் அவர்களையே சேர்த்து வைத்ததா?

கற்பு என்கிறோம், தனி மனிதனின் மனத்துக்கு, உடலுக்கு, சமூகத்துக்கு மனிதன் நாகரிகத்தின் மிக உன்னதநிலையில் தீர்மானித்து ஏற்படுத்திய கடிவாளம். சமூகத்துக்கு அவசியமான ஒரு டிஸிப்ளின். ஆனால் கற்பு என்பதையும் ஒரு மனிதாபிமானக் கண்ணோடு பார்க்கணும் என்று எனக்கு அப்பொழுது தோன்றும். பார்ட்டிஷன் சமயத்தில் பலாத்காரத்தினால் கற்பிழந்த மனைவிகளையும் பெண்களையும் வீட்டில் சேர்த்துக் கொள்ளாத மனிதர்களை நான் பார்த்திருக்கிறேன். பலாத்காரத்தைவிட இவர்களிடமிருந்த இரக்கமின்மை இன்னும் கொடியது என்று தோன்றும்..."

"என் குழந்தைகளுக்கு நான் எப்பவும் சொல்வேன், இருதயத்தைத் திறந்த வெளியாக வைத்திருங்கள் என்று... அன்பு ஒன்றுதான் அதில் இருக்க வேண்டும், வெறுப்போ, சந்தேகமோ, ப்ரெஜுடிஸ்ஸோ அதில் நுழைந்துவிட்டால் அது மனித இதயமில்லை. சைத்தானின் இருப்பிடம்..."

"நீங்கள் சொல்வது ரொம்ப கரெக்ட்" என்றான் பிரபாகர், மூவரும் எழுந்திருக்கையில், "மனிதாபிமானம் என்பதுதான் மிகவும் முக்கியம். நம் எல்லோருக்கும் பலவீனம் இருக்கிறது என்கிற நினைப்பும், மற்றவர்களை எடைபோட நமக்கு ஏதும் அதிகாரமில்லை என்கிற நினைப்பும் ஒவ்வொருவருக்கும் இருந்துவிட்டால் இந்த உலகம் எவ்வளவோ ஆனந்தமாக இருக்கும்."

சுதா திடுக்கிட்டாள். அவன் போஸுக்காக அதைச் சொல்லவில்லை. தனக்காகவே சொல்கிறான் என்று புரிந்தது.

அவள் அந்தச் சம்பாஷணையைத் திரும்பத் திரும்ப நினைத்துப் பார்த்துக்கொண்டாள். அவர்கள் பேசியதெல்லாம் சரியென்றால் அவளது இருதயத்தில்தான் சைத்தான் இருக்கிறது என்று அர்த்தம்... அந்த சைத்தான் எப்படி அங்கே புகுந்துகொண்டது?

ரொம்ப ரொம்ப வருஷங்களுக்கு முன்னால் புகுத்துக்கொண்ட மாதிரி இருந்தது. அப்பொழுது பூ மாதிரி இருந்தது மனசு. சுகந்தமாய் மணத்தது. திடீரென்று பூச்சி அரித்து அங்கே துளைகள் ஏற்பட்டு அந்தத் துளைகளில் பயமும் அருவருக்கும் எண்ணங்களும் புகுந்துக்கொண்டன.

அவளுக்கு அப்பொழுதெல்லாம் அவளது அன்புக்குப் பாத்திரமானவர் அவளுடைய தாத்தா. எத்தனை அன்பும் கனிவும் நிறைந்த உள்ளம் அவருக்கு! அவளை மடியில் உட்கார்த்தி வைத்துக்கொண்டு எத்தனை கதைகள் சொல்லுவார்! அவளும் மணிக்கணக்காகக் கேட்டவண்ணம் இருப்பாள். ஸ்கூலும் பாடங்களும் போக மீதிப்பொழுது முழுவதும் தாத்தாவிடத்திலேயேதான். அவரது நெற்றியில் இருந்த சந்தனப் பொட்டையும் வளைந்த நரைத்த மீசையையும் பார்த்தபடி அவரது வாயிலிருந்து வரும் தேவாரத் திருவாசகப் பாட்டுக்களையும் அவள் அர்த்தம் புரியாமலேயே ஒருவிதப் பரவசத்தோடு கேட்பாள். அவளுடைய அம்மாவுக்குக்கூட எரிச்சலாக வரும். சகவயதுக் குழந்தைகளுடன் விளையாட அதிகம் போகாமல் தாத்தாவுடனேயே உட்கார்ந்திருப்பதைப் பார்த்து...

ஒரு நாளைக்கு இரவு அவளுக்குத் திடீரென்று விழிப்பு ஏற்பட்டது. இருட்டு ஒருவித பயத்தைத் தந்தது. தாத்தா மாடி ஏற முடியாது என்று அவர் கீழே இருந்த அறையில் படுத்திருந்தார். அம்மாவும், அப்பாவும், பக்கத்து அறையில் படுத்திருந்தார்கள்.

அவளது தூக்கம் நன்றாகக் கலைந்ததும் பக்கத்து அறையில் அம்மாவும் அப்பாவும் பேசுவது நன்றாகக் கேட்டது.

அவளுடைய அப்பா எதற்கோ அம்மாவைக் கெஞ்சுகிற மாதிரி இருந்தது.

"கமலா யோசிச்சுப் பார். சின்னப் பெண் மாதிரி உணர்ச்சிவசப்பட்டுப் பேசாதே. ஒரு கௌரவமான குடும்பப் பெண் பேசுகிற பேச்சில்லை இது..."

"என்னால் முடியாது. இந்த ஒரு போலி வாழ்க்கை வாழ முடியாது. நான் கிருஷ்ணனை மனசார நேசிக்கிறேன். உங்களுக்கும் மனைவியாய் இருந்துண்டு அவரை மனசிலே நினைச்சுண்டு வாழறதுனாலே யாருக்கும் எந்த லாபமும் இல்லை... டைவோர்ஸ் ஒண்ணுதான் வழி..."

சுதாவுக்கு இனம்புரியாத பயத்தில் நெஞ்சு 'படபட'வென்று அடித்துக்கொண்டது.

அப்பா குறுக்கும் நெடுக்கும் நடந்தபடியே பேசுகிற மாதிரி இருந்தது.

"நேசம் என்பதெல்லாம் உன்னுடைய பிரமை. சில வருஷங்கள் கழித்து உனக்கே அவை பைத்தியக்காரச் சிந்தனைகளாகப்படும். நம்ம குடும்ப கௌரவத்தைப் பத்தி யோசிச்சயா? ஒரு குடும்பத் தலைவி என்கிற ஞாபகம் இருந்தா இத்தனை சுயநலம் இருக்காது..."

"நான் உண்மையா வாழணும்னா என் மனசை நான் பின்பத்தணும். கௌரவம் அது இதுன்னு என்னைக் குழப்பாதீர்கள் தயவுசெய்து. உங்களுக்கே அது என்னன்னு தெளிவாகத் தெரியல்லே. கௌரவம் என்கிற போர்வைக்குள்ளே ஒளிஞ்சுண்டு போலி வேஷம்போட்டுப் பழகிப் போய்விட்டது உங்களுக்கு. என்னாலே உங்களோட மனைவியா பத்தினி வேஷம் போட முடியாது..."

"என் அப்பாவைப் பத்தி யோசிச்சயா? உனக்கு இந்த மாதிரி எண்ணம் இருக்குன்னு தெரிஞ்சாலே ஒடிஞ்சு போயிடுவார். இட் வில் கில் ஹிம்!"

அம்மா பதில் பேசவில்லை. சுதாவுக்கு விவரம் புரியலை கண்களில் நீர் நிரம்பியது.

அம்மா விசும்புகிற ஒலி வெகுநேரத்துக்குக் கேட்டபடி இருந்தது.

தாத்தாவுக்கு யார் விஷயத்தைச் சொன்னார்கள் என்று தெரியவில்லை. அவர் தன்னுடைய சாய்வு நாற்காலியில் மௌனமாக மணிக்கணக்காக அதற்குப்பிறகு உட்கார்ந்திருப்பதை அவள் புரிந்துக்கொண்ட சோகத்தோடு பார்ப்பாள். கதைகள் நின்றுவிட்டன. தேவாரமும் திருவாசகமும் அவர் மறந்தே போய்விட்டார். இருபதே நாட்களில் அவர் நாற்காலியில் உட்கார்ந்த நிலையில் மரணமடைந்தபோது சுதாவுக்குத் தன் உலகமே செத்துவிட்டது புரிந்தது... அந்த க்ஷணத்தில் தாத்தா செத்ததற்குக் காரணம் அம்மாதான் என்கிற ஆத்திரம் மனத்தினடியில் வேரூன்றிவிட்டது. அன்றிலிருந்து அவள் அம்மாவை 'அம்மா' என்று அழைக்கவேயில்லை.

✲ ✲ ✲

அத்தியாயம் 11

"சுதா, சுதா! வாட் ஈஸ் த மேட்டர்? ஏன் இப்படி அழறே? ப்ளீஸ், என்ன நடந்தது?"

குலுங்கிக் குலுங்கி அழுது கொண்டிருந்த சுதாவை லீனா உலுக்கினாள்.

சுதா சட்டென்று சமாளித்துக் கொண்டாள்.

"ஒன்றுமில்லை லீனா... நீ எப்பொழுது வந்தாய்...?"

"இப்பத்தான் வந்தேன். நீ தூங்கிக் கொண்டிருப்பாய் என்று விளக்கைப் போடாமல் உள்ளே வந்தால், நீ என்னமாய் அழுது கொண்டிருக்கிறாய்? என்ன, எதுக்கு அழுகிறாய்னு சொல்லு!"

"ஒன்றுமில்லை லீனா... நான் ஏதோ கெட்ட கனவைக் கண்டிருக்க வேண்டும்..."

லீனா சுதாவின் கைகளை மென்மையாகப் பிடித்துக் கொண்டாள்.

"சுதா, நீ நிச்சயமாய் எதையோ மறைக்கிறாய் என்று எனக்குத் தெரியும். உன் மனத்தில் ஏதோ மிகப்பெரிய சோகம் இருக்கிற மாதிரி எனக்குத் தோன்றுகிறது. என்னிடம் நீ சொல்லணும்னு நான் கட்டாயப்படுத்தவில்லை... ஆனால் யாரிடமாவது சொன்னால் பாரம் இறங்கும்... அதற்கு விடையும் சில சமயம் கிடைக்கும்."

சுதா விரக்தியுடன் சிரித்தாள். எதைச் சொல்வது? எதைச் சொல்லாமல் இருப்பது? அவளுடைய பிரச்னைகளுக்கு எந்த மாதிரி விடைகள் கிடைத்தால் அவளுக்கு அனுகூலமாக இருக்கும்? எல்லாப் பிரச்னைகளுக்கும் ரெடிமேட் விடை கிடைத்துவிட்டால் பிரச்னைகள் என்பதற்கு அர்த்தமேயில்லை. லீனா விடவில்லை. "உனக்கு எதைப் பத்திக் கவலை என்று எனக்குச் சொல்லு. மிஸ்டர் பிரபாகரைப் பத்தின பிரச்னையா?"

சுதா திடுக்கிட்டாள். அவனைப் பற்றியும்தான். ஆனால் இவளிடம் என்னவென்று சொல்வது?

"லீனா, ப்ளீஸ்! என்னை ஒன்றும் கேட்காதே. என்னுடையது திடீரென்று முளைத்த பிரச்னைகள் இல்லை. எவ்வளவோ வருஷங்களாக மனத்தில் லேயர் லேயராக அதிகரித்துக்கொண்டே போகும் குழப்பங்கள். எனக்குச் சிலசமயம் தோன்றுகிறது, ஸைக்கேட்ரிஸ்டிடம் போகணுமோ என்று?" என்றாள்.

"அந்த ஸைக்கேட்ரிஸ்டுக்குக் கொடுக்கும் பணத்தை எனக்குக் கொடு. நானே உன் குழப்பங்களைப் போக்கறேன்."

சுதா சிரித்தாள். "நோ, தாங்க்யூ. என்னிக்காவது நான் உனக்கு என் மனசைத் திறந்து சொல்வேன். கவலைப்படாதே."

லீனா திடீரென்று கேட்டாள் "ஆமாம், இன்றைக்கு நீ பிரபாகரோடு வெளியில் போனாயில்லையா?"

"ஆமாம். மிஸ்டர் போஸும் கூட வந்தார்."

லீனா தலையில் அடித்துக்கொண்டாள். "காட்! உனக்கென்று பிராப்ளம்ஸ் முளைக்கத்தான் செய்கிறது" என்று நைட் கவுனை மாட்டியபடியே, "வாட் யூ நீட், மை டியர் கர்ள், இஸ் எ லிட்டில் செக்ஸ் அப்போ உன்னுடைய பிரச்னைகளெல்லாம் தீர்ந்துவிடும்!"

"உனக்கு அது கொஞ்சம் குறைந்திருந்தால் தேவலை" என்று சிரித்தாள் சுதா.

"எனக்கு பிராப்ளம்ஸ் இருக்கிறதென்று யார் சொன்னது?"

"உனக்கில்லை. மிஸஸ் குஹாவுக்கு ஆரம்பித்திருக்கு."

லீனா அலுப்புடன் படுத்துக்கொண்டாள். "ஓ! எனக்கு மாரல்ஸ் ப்ரீச் பண்ணாதே. நான் ரோமன் கத்தோலிக் குடும்பத்தைச் சேர்ந்தவள். உபதேசங்களை எல்லாம் நான் ஓவர் டோஸாகவே கேட்டிருக்கிறேன்."

அவள் குரலிலிருந்த அலுப்பு சுதாவை ஓர் உலுக்கு உலுக்கிற்று.

லீனாவுக்கும் மனத்தில் ஏதோ சுமை இருப்பதுபோல் அவளுக்குத் தோன்றிற்று.

லீனா படுக்கையில் படுத்துக்கொண்டு ரஜாயைக் கழுத்துவரை மூடிக்கொண்டாள்.

சுதாவுக்கு அவளது மௌனம் என்னவோ போலிருந்தது.

லீனா தனக்குத்தானே சொல்வதுபோல் சொல்லிக் கொண்டாள்.

"நான் யாருக்கும் மனசாலும் தீங்கு நினைக்க மாட்டேன். என்னால் மிஸஸ் குஹாவுக்கு மனவருத்தம் ஏற்படும் என்றால் நான் விலகிவிடுவேன். கவலைப்படாதே. ஆனால் மிஸ்டர் குஹா பொறுப்பு தெரிந்தவர். மனைவி குழந்தைகளிடம் பாசம் வைத்திருப்பவர். எனக்காக அவர்களை அவர் புறக்கணிக்கவும் போவதில்லை; நான் அப்படி அவர் செய்ய வேண்டும் என்று எதிர்பார்க்கவுமில்லை..."

"பின்னே என்ன எதிர்பார்க்கிறாய்?" என்று மெல்லக் கேட்டாள் சுதா.

லீனா விரக்தியோடு சிரித்தாள். "நான் எதையும் வாழ்க்கையில் எதிர்பார்ப்பதில்லை என்றால் நீ நம்புவாயா? ஐ லிவ் இன் த பிரசன்ட். அந்தந்தத் தருணத்திலே என்ன கிடைக்கிறதோ அதைச் சிரித்துக்கொண்டே ஏற்றுக்

கொள்கிறேன். அது என்னுடைய பிலாஸபி. ஸெக்ஸைப் பற்றியும் எனக்கு எந்த நெகடிவ் அப்ரோச்சும் கிடையாது. இது மாரல், அது இம்மாரல் என்று நான் மண்டையைக் குழப்பிக் கொள்வதில்லை.''

''நீ யோசித்திருக்கிறாயா சுதா? ஒவ்வொரு மனிதனின் சுபாவத்துக்கும், வக்ரமாகவோ வித்தியாசமாகவோ தோன்றும் சுபாவத்துக்கும் ஒரு ஸைகலாஜிகல் பின்னணி இருக்கிறது. அதைப் புரிந்து கொண்டுவிட்டால் யார் மேலும் தப்பாக எண்ணத் தோன்றாது...''

லீனா வெறும் பட்டாம்பூச்சி இல்லை என்று தோன்றிற்று சுதாவுக்கு. இவளும் சிந்திக்கிறாள். ஆனால் தன்னுடைய சிந்தனைக்கும் அவளது சிந்தனைக்கும் எத்தனை வித்தியாசம் இருந்தது?

''அப்படியானால் உன்னுடைய வக்ர சுபாவத்துக்கும் ஸைகலாஜிகல் பின்னணி இருக்கு என்று எனக்குத் தோன்றுகிறது'' என்றாள் அவள்.

''நிஜம்தான். யாருக்குத்தான் இல்லை? உன் சுபாவத்துக்குப் பின்னாலும் ஏதோ இருக்கிறது. ஆனால் நீ ஒரு நத்தை கூட்டுக்குள் புழுக்கத்தில் செத்தாலும் சாவாயே தவிர வெளியே வரமாட்டாய்...''

சுதா பதிலே பேசாமல் இருந்தாள்.

லீனா சொல்வதும் உண்மைதான் என்று பட்டது.

***

''என் கதையைக் கேட்டாலாவது நீ சற்று வெளியே வருவாயா என்று பார்க்கிறேன். எங்கள் குடும்பத்தில் நாங்கள் மூன்று பெண்கள், மூன்று ஆண்கள். நாங்கள் ஆறுபேரும் இப்படித்தான் ஒவ்வொருத்தர் ஒவ்வொரு வக்கிரமாக இருக்கிறோம்; குடும்பம் வீடு என்கிற ஒட்டுதலே தோன்றாமல்.

எங்கள் தாத்தா மகா ஆசாரக் கொள்கைகள் உள்ளவராம். என் அப்பாவுக்கு அதில் பாதி இருந்தது. என் அம்மாவுக்கு அந்த ஆசாரங்களினால் மனஸில் பயங்கள் சந்தேகங்கள். அம்மாவுக்கும் அப்பாவுக்கும் ஒரு சின்ன விஷயத்தில்கூடப் பொருத்தமில்லை. முணுக்கென்றால் வீட்டில் ரகளைதான். ஒரு நாள்கூட அவர்கள் சுமுகமாக இருந்து நான் பார்த்ததில்லை. எனக்கு அந்த சின்ன வயஸிலேயே தோன்றும். இவர்களுக்கு இருப்பது மிருக இச்சை ஒன்றுதான் என்று. இப்படி வாழ்ந்தவர்களுக்கு ஆறு குழந்தைகள்! கல்யாணம் என்பதில் அர்த்தமேயில்லை என்று எனக்குத் தோன்றும். உடல் உறவைக்கூட அவர்கள் கேவலப்படுத்துகிற மாதிரி இருக்கும். அவர்கள் விரும்பாமல் பெற்ற குழந்தைகள் நாங்கள் என்று இப்பொழுதும் என் மனஸில் இருக்கிறது...''

''அவர்கள் ஒருவருக்கொருவரை மாத்திரம் ஏமாற்றவில்லை. குழந்தைகளாகிய எங்களை ஏமாற்றினார்கள், சமூகத்தை ஏமாற்றினார்கள், அதற்குப் பயப்படுகிறவர்கள் மாதிரி... மதத்தை ஏமாற்றினார்கள், அதன் விதிகளைப் பின்பற்றுகிறவர்கள் மாதிரி...''

சுதாவுக்கு அந்தக் குளிரிலும் உடலெல்லாம் வேர்த்தது.

''அவர்கள் என்ன செய்திருக்க வேண்டும் என்கிறாய் நீ?'' என்றாள்.

''ஒன்று அட்ஜஸ்ட் செய்துக்கொள்ளக் கற்றுக் கொண்டிருக்கணும். இல்லை, குழந்தைகளையாவது பெற்றிருக்கக் கூடாது. விவாகரத்து செய்துக்கொள்ள மதமும் இடம் கொடுத்திருக்காது என் அம்மாவுக்கு...''

கிட்டத்தட்ட ஒரே மாதிரி இருந்த இருவரது பிரச்னைகளும் இருவரையும் எப்படி வெவ்வேறு திசையில் திருப்பியிருக்கிறது என்று சுதா நினைத்துக்கொண்டாள்.

தொலைவிலிருந்த சர்ச்சிலிருந்து மணி இரண்டு அடித்தது.

லீனா பெரிதாகக் கொட்டாவி விட்டாள்.

"போதும் சுதா. இந்த மாதிரி பேச்சுக்கு முடிவே கிடையாது. மகா பேஜார் பிடித்த பேச்சும்கூட. நான் எப்பவும் எதிர்பார்ப்பது நாளையைத்தான். நாளை என்பதே ஒரு சஸ்பென்ஸ் இல்லையா? அதனாலேயே சுவாரஸ்யம் நிறைந்தது."

லீனாவை நினைக்கும்போது அவளுக்கு வியப்பாக இருந்தது. பார்க்கிறவர்களுக்கு, வெளிப்பேர்களுக்கு அவளது வாழ்க்கை முறை கேள்விக்குரியதாகப் படலாம். ஆனால் அவள் மனத்தளவில் களங்கமில்லாதவள் என்று தோன்றிற்று. ஆனால் அவள் போகும்பாதை சரியென்று மனசு ஒத்துக்கொள்ள மறுத்தது. ஒரு குறிக்கோளில்லாத வரம்பில்லாத பயங்கரப் பாதையாகப் பட்டது. சுதா சட்டென்று தன்னைப் பற்றி நினைத்துக்கொண்டாள். அவள் என்ன பாதையைத் தேர்ந்தெடுத்திருக்கிறாள்? அந்தப் பாதையின் முடிவைப் பற்றிச் சிந்திக்கவே அவள் தயங்கவில்லையா? லீனாவின் பேச்சு சுதாவின் மனத்தில் புதுப்புதுக் கேள்விகளை எழுப்பிற்று. சந்தேகங்களை மறுபடி பரிசீலனை செய்யத் தூண்டுகிற மாதிரி...

கண் இமைகளைத் தூக்கம் அழுத்துகையில் அவளுக்கு லீனா சொன்னது ஞாபகத்திற்கு வந்தது. நாளை என்பது ஒரு சஸ்பென்ஸ்... அதனாலேயே அது சுவாரஸ்யம் நிறைந்தது.

✲ ✲ ✲

அத்தியாயம் 12

ரஸம் - நான்கு பேருக்கு என்று போட்டிருந்தது. கொட்டைப்பாக்களவு புளி எடுக்கவும் என்றிருந்தது. நடராஜன் கொட்டைப்பாக்களவு புளியைக் கையில் உருட்டி அதில் நான்கில் ஒரு பாகத்தை எடுத்துக் கொண்டான். தன் ஒருவனுக்குத்தானே ரஸம் என்று. அந்த நான்கில் ஒரு பாகப் புளியோ கையிலேயே நிற்காமல் சாறும் வராமல் அடம்பிடித்தது. அவன் சற்று யோசித்தான். ஷில்லாங்கே ஃபிரிஜ் மாதிரி இருக்கும்போது ரஸம் எங்கே ஊசப் போகிறது? கொட்டைப் பாக்களவே கரைத்து நான்குபேருக்கு ரஸத்தை வைத்து நான்கு நாளைக்கு விட்டுக்கொண்டால் போகிறது!

அந்த நடுக்கும் குளிரில் ஸ்டவ்வுக்கு சூடே இருப்பதாகத் தெரியவில்லை. அரிசியைப் பச்சைத் தண்ணீரில் முதல்நாள் சமையலின்போது களையப் போகையில் கரண்ட்டில் கை வைத்த விரல்கள் மாதிரி விரல்கள் விறைத்துப் போய்விட்டன. மறுநாளிலிருந்து அதற்கென்று வெந்நீர் போட்டுக் களைய ஆரம்பித்தான். மேடைமேல் மீனாட்சி அம்மாள் புத்தகத்தை விரித்துக்கொண்டு அதை எட்டி எட்டிப் பார்த்தபடி விறைத்துப் போகும் விரல்களை அடுப்பில் சூடேற்றிக்கொண்டு சமையல் செய்கையில் ஏன் இந்தக் குளிர் ஊருக்கு வந்து சேர்ந்தோம் என்றிருந்தது. சமையலை முடித்துவிட்டுத் தன் கைவரிசையை ருசி பார்க்கையில், அவன் பலமாக ரஸனையுடன் தலையாட்டிக் கொண்டான்.

"நாட் பேட், நாட் பேட் அட் ஆல்!" அந்த வெடக் வெடக் ரொட்டியை மனிதன் சாப்பிடுவானா, இந்த ரஸத்துக்கும். கத்தரிக்காய் கறிக்கும் ஈடாகுமா 'அந்த ஸப்ஜியெல்லாம்? ஆவி பறக்க சாதத்தை சாப்பிடுவதைவிட்டு இலையில் விழுதவற்குள்ளே ஆறிப்போகும் ரொட்டியைத் தின்பதாவது!'

அம்மாவுக்கு நிச்சயம் நம்பிக்கை வராது அவன் சமைக்கிறான் என்றால். அவன் ஷில்லாங்குக்கு வந்ததும் அம்மாவுக்கு ஒரு கடிதம் போட்டான் அழமாட்டாக் குறையோடு. அந்த பயங்கரக் குளிரையும் முதல்நாள் தனக்குக் கிடைத்த சாப்பாட்டையும் விஸ்தாரமாக விவரித்திருந்தான்! மதராஸில் வெய்யிலுக்குப் பயந்து தாழ்வாரத்தில் காலை நீட்டி உட்கார்ந்துக்கொண்டு அரிசியில் கல் பொறுக்குபவளுக்கு நிச்சயம் இந்தக் குளிரைப் புரிந்துகொள்ள முடியாது.

இரவு ரஜாயில் புகுந்த பிறகு பேப்பர் படிக்கலாம் என்று பேப்பரைத் தொட்டால் ஐஸைப்போல் ஜில்லென்று இருக்கும் என்று சொன்னால் மதராஸ்காரர்கள் எப்படிப் புரிந்துகொள்வார்கள்? வெய்யிலைத் தவிர எதையுமே அனுபவித்தறியாத அம்மாவுக்கு அவனது கடிதம் நிச்சயம் சிரிப்பாக இருந்திருக்கும். இந்தக் குளிர் எலும்புக்குள் அல்லவா புகுந்துகொள்கிறது... கொஞ்சநாளில் முதுகெலும்பே குளிர் தாங்காமல் வளைந்து விடுமோ என்னவோ! அம்மா சுலபமாக எழுதிவிட்டாள் "டிஸம்பர், ஜனவரியில் வருவாயோ இல்லையோ, ஒரு கல்யாணத்தைப் பண்ணிண்டு போயிடு..." என்று. ஏதோ மார்க்கெட்டில் பண்டம் வாங்கி வருகிற மாதிரி...

அவன் தன் அறைக் கதவைப் பூட்டிக்கொண்டு கிளம்பும்போது நினைத்துக்கொண்டான். ஆமாம், சரியான பெண் கிடைத்தால் கல்யாணம் பண்ணிக்கொண்டே வந்து விடவேண்டியதுதான். இந்த அழகான ஊரில் தனியாக இருப்பதில் அர்த்தமில்லைதான். காலேஜ்விட்டு வந்ததும் சுடச்சுட வீட்டு டிபனும் காப்பியும் சாப்பிட்டுவிட்டு

மனைவியோடு இந்த மலைகளில் நடந்து வந்தால் எவ்வளவு ரம்யமாக இருக்கும்! இங்கு வெளியில் போகும்போதும் தைரியமாக அவள் கையைப் பிடித்துக்கொண்டு போகலாம். மதராஸ் என்றால்தான் முடியாது. அவனை ஒரு கிருக்கன் முடிவுகட்டி விடுவார்கள் அப்படி நடந்தால்! அவனுக்கே கூச்சமாக இருக்கும்... தன் எண்ணங்களின் ஓட்டத்தை நினைத்து அவனுக்கே சிரிப்பு வந்தது. அவனுக்கு திடீரென்று திருமணம் செய்து கொள்ளவேண்டுமென்றும், மனைவியோடு வாழப்போகும் வாழ்க்கையைப் பற்றிய கற்பனையும் எப்படித் தோன்ற ஆரம்பித்துவிட்டது? ஒரு வாரமாகத் தானே சமைக்க ஆரம்பித்ததில் ஏற்பட்ட அலுப்பா, இல்லை, ஷில்லாங்கின் எழில் மிகுந்த சூழ்நிலை தந்த மயக்கமா?

அவசரமாக யூனிவர்ஸிடி பில்டிங்குக்கு நடக்கையில் பிரபாகரின் விடுதியை ஒரு நோட்டம் விட்டான். பூட்டியிருந்தது. ஹோட்டலில் சாப்பிட்டுவிட்டு காலேஜுக்கு போவதற்காக சீக்கிரம் போயிருப்பான் என்று அவன் நினைத்துக் கொண்டான். அவன் எப்படித்தான் அந்த ஹோட்டல் சாப்பாட்டை சாப்பிடுகிறானோ என்றிருந்தது நடராஜனுக்கு. அவனைப் பொறுத்தவரையில் சாப்பாட்டு ருசி தெரியாதவன் ரஸனையற்றவன். பிரபாகர் ஒரு கர்வக்காரன் என்றுகூடத் தோன்றியது அவனுக்கு. தமிழன் என்கிற தோழமையை தன்னிடம் அவன் காட்டவில்லை போலிருந்தது. சதாசர்வகாலமும் ஏதோ மேதாவி மாதிரி ஏதோ யோசனையில் ஆழ்ந்திருக்கிறான்... அவன் மைசூரில் பார்த்துக் கொண்டிருந்த வேலை இதைவிடப் பல மடங்கு நல்ல வேலை. அதை எதற்கு விட்டு வந்தான் என்று நடராஜனுக்கு ஆச்சரியமாக இருந்தது. அவனுடைய உடை எல்லாம் உயர்ந்த வகையாக இருந்தது. உல்லாசப் பிரியனோ என்னவோ? இந்த வேலையே ஒரு பொழுதுபோக்குக்காகச் செய்கிறானோ என்னவோ என்று அவன் நினைத்துக் கொண்டான். பிரபாகரின் வசீகரமான தோற்றத்தை நினைத்துப் பார்த்துக் கொண்டபோது

அடிமனத்தில் ஒரு பொறாமையுணர்ச்சியும் அவனுள் எட்டிப் பார்த்தது. ஒரே நாளில் அந்த சுதாவை மயக்கிவிட்டானே!

சுதாவிடம் தான் வலியச் சென்று அன்று பேசியதற்குப் பிறகு அவளும் பிரபாகரும் பக்கத்தில் பக்கத்தில் நடந்தபடி சிரித்துப் பேசிக்கொண்டு போனதை அவன் நினைத்துப் பார்த்துக் கொண்டான். என்ன அபூர்வ அழகு அவளுக்கு? சரியான ஜோடிதான் என்று அவன் மனத்தில் தோன்றுகையில் கூடவே அவன் நினைத்துக் கொண்டான். 'அவன் நிச்சயமாக அத்தனை அழகான ஒரு பெண்ணைக் கல்யாணம் செய்து கொள்ளமாட்டான். யார் அந்த அழகைக் கட்டிக் காப்பது? அவன் ஒரு சராசரி மனிதன்...'

அந்த சுதா மாதிரி யாரையோ நிச்சயம் தான் பார்த்திருப்பதாக அவனது உள்ளுணர்வு சொல்லிக் கொண்டிருந்தது. சட்டென்று நினைவு வரவில்லை. ஆனால் மனத்தின் மூலையில் புகை மண்டலமாய் அந்த முகம் நிழலாடியது எங்கே பார்த்திருக்கிறோம்... எங்கே...?

தெருவெல்லாம் சுறுசுறுப்பாக இருந்தது. பச்சைக் கோட்டு அணிந்து செல்லும் செயின்ட் எட்மண்ட்ஸ் பள்ளி மாணவர்களும், கிண்கிணிச் சிரிப்பும், கான்வென்ட் ஸ்டைல் இங்கிலீஷும் பேசிக்கொண்டுபோகும் லோரெட்டோ பள்ளி மாணவிகளும் விரைந்து சென்று கொண்டிருந்தார்கள்.

இந்த மலைப்பிரதேசத்துப் பெண்கள் எவ்வளவு மொழு மொழுவென்று ஆரோக்கியமாக இருக்கிறார்கள் என்று அவன் நினைத்துக்கொண்டான். ஆப்பிள் கன்னமும் அந்த மழமழப்பும், சென்னையின் வத்தல் உடம்புப் பள்ளி மாணவ மாணவிகளின் உருவம் அவன் மனத்தில் எழுந்து சற்று வேதனையை அளித்தது. நமது ஆகாரமும் கோளாறு, சீதோஷ்ணமும் கோளாறு! அவனுக்குச் சிரிப்பு வந்தது. அப்படியிருந்தும் அவை இரண்டுக்கும் ஏங்குகிறான் அவன்...

தென்னாட்டின் யோசனைகளிலிருத்து தன் மனத்தை டைவோர்ஸ் செய்துகொள்ள வேண்டும் என்று அவன் தனக்குள் சொல்லிக் கொண்டான். எதிரே சுதா தன் நீண்ட பின்னால் அசைந்தபடி யூனிவர்ஸிடி பில்டிங்குக்குள் நுழைவது தெரிந்தது. சட்டென்று அவனுக்குப் பொறி தட்டினாற்போல் இருந்தது. டைவோர்ஸ்! அவனுக்கு ஞாபகம் வந்துவிட்டது. சுதாவின் தாயாரை அவன் பார்த்திருக்கிறான். அதாவது அந்த மிஸஸ் ரகுபதியின் பெண்ணாகத்தான் இவள் இருக்க வேண்டும். இல்லாவிட்டால் இவ்வளவு தத்ரூபமான சாயல் இருக்காது.

'ஓஹோ' என்று அவன் பலமாக மண்டையை ஆட்டிக் கொண்டான். சுதா ஏதோ கர்நாடகத்தில் வசிப்பதாகச் சொன்னாளே, பிறகு போயிருக்க வேண்டும். அப்பொழுது அவர்கள் சென்னையில் இருந்தார்கள். அவனுடைய அப்பாதான் அந்தக் கேஸை நடத்தியதே... விவாகரத்து என்பதே அபூர்வமாக இருந்த காலம் அது... எத்தகைய சென்சேஷனல் நியூஸாக இருந்தது அது? அவனுக்கு அப்பொழுது 16, 17 வயதிருக்கும். மிஸஸ் ரகுபதியின் அழகைக்கண்டு அசந்து போயிருக்கிறான். அவன் அப்பாவே அவளிடம் மயங்கி அவளுக்காக கேஸ் நடத்தினதாக அம்மா சொல்லுவாள். கண்ட கண்ட தேவடியா தடிச்சிகளுக்கு வாதாடறார்' என்று அசிங்கமாக அவள் சொன்னது இன்னமும் நினைவிருக்கிறது.

அவளுடைய பெண்ணா சுதா? மகாசாதுவாய், நளினமாய் பூ மாதிரி இருக்கும் இவளைப் பார்த்து நம்ப முடியாதவன்போல் யோசனையுடன் அவன் நடந்தான்.

✲ ✲ ✲

அத்தியாயம் 13

சுதா வகுப்புக்குப் போவதற்காக மாடிப்படி ஏறுகையில் கீழே யாரோ தன்னையே பார்ப்பதுபோல் பிரமை தட்டவே கீழே குனிந்து பார்த்தாள். நடராஜன் ஏதோ தீவிரமாகத் தன்னைப் பார்க்கிற மாதிரி அவளுள் ஒரு திகைப்பு ஏற்பட்டது. அவள் சட்டென்று தன்னைச் சமாளித்துக் கொண்டு முகத்தில் ஒரு புன்னகையை வரவழைத்துக் கொண்டு நடந்தபடியே "குட்மார்னிங்" என்றாள்.

அவன் பதிலுக்கு குட்மார்னிங் சொல்லிவிட்டு அவசரமாக நகர்ந்தான். படியேறிக் கொண்டே சென்ற சுதாவுக்கு யோசனையாக இருந்தது அவனை நினைத்து. அவன் எந்த வகையைச் சேர்ந்தவன் என்று புரியவில்லை. படித்தவன்தான் - ஆனால் கொஞ்சம் அசடாக இருப்பானோ என்று தோன்றிற்று.

அவள் நேரமாகிவிட்டது என்று வகுப்புக்கு அவசர நடை போடுகையிலும், பிரபாகர் தென்படுகிறானோ என்று கண்களைச் சுழல விட்டபடி சென்றாள். பிரபாகரை எங்கும் காணாதது அவளுக்கு ஏமாற்றமாக இருந்தது.

பாடங்கள் வழக்கம்போல் தொடர்ந்தன. பாடங்களுக்குச் சூடுபிடித்தவுடன் அவள் தன் சிந்தனைகளிலிருந்து விடுபட்டு வகுப்போடு ஒன்றிப் போனாள். வகுப்பு முடியும் தருவாயில் ஆபீஸிலிருந்து நோட்டீஸ் வந்தது. மத்தியானம் காலேஜ் முடிந்ததும் ஒரு ஸ்டாஃப் மீட்டிங் இருப்பதாக. அவள்

மனத்தில் ஒருவித ஏமாற்றம் படர்ந்தது. ஆனால் பிரபாகர் அந்த மீட்டிங்குக்கு வருவான் என்ற சமாதானம் கூடவே எழுந்தது.

லஞ்ச் பிரேக்குக்குப் பிறகு ஒரு மணிநேரம் அவளுக்கு அன்று ஓய்வு இருந்தது. முந்தைய இரவு சரியாகத் தூங்காததால் அந்த அசதியைப் போக்கிக் கொள்ள வேண்டும் போலிருந்தது.

சாப்பிட்டக் கையோடு அறைக்கு வந்தபோது, கூடவே லீனாவும் வந்து தன் படுக்கையில் தொப்பென்று விழுந்தது சுதாவுக்கு ஆச்சரியமாக இருந்தது.

"ஏன், உனக்கும் இன்று கிளாஸ் இல்லையா?" என்று கேட்டாள்.

"இருக்கிறது, ஆனால் லீவு போட்டுவிட்டு வந்திருக்கிறேன். ஒரே தலைவலி" என்றாள் லீனா.

"ஏன்? நேத்து சரியாகத் தூங்காததனாலா, இல்லை, குளிரில் ராத்திரி ரொம்ப அலைந்தாயா?" என்றபடி அவள் பதிலை எதிர்பார்க்காமல் தலைவலி மாத்திரைகளை அவளிடம் கொடுத்தாள் சுதா.

"தாங்க்யூ" என்றபடி அதை விழுங்கிய லீனா, "நான் தூங்கப் போகிறேன் சுதா. மீட்டிங்குக்குப் போகணும், எழுப்பி விடு" என்றாள்.

"ஓகே" என்றபடி சுதாவும் படுத்தாள் கண்ணை மூடிக்கொண்டு. கண்கள்தான் மூடியிருந்தனவே தவிர தூக்கமும் விழிப்புமாகவே இருந்தது...

மறுபடியும் மறுபடியும் லீனாவும் தானும் முந்தய இரவு பேசிக் கொண்டது மனஸில் புரண்டது. தூக்கமும் விழிப்புமாய்ப் பழசெல்லாம் நிழற்படங்களாக விரிந்த வண்ணம் இருந்தது. லீனாவின் பேச்சு எவ்வளவு தூரம் தன்னைப் பாதித்தது என்று அவளுக்குத் தோன்றியது.

என்றோ ஒருநாள், அவள் காலேஜில் படிக்கையில் அம்மா அவளைப் பார்த்துக் கெஞ்சியது நினைவுக்கு வந்தது. தான் பெற்ற பெண்ணிடம் ஓர் அந்நிய மனுஷியிடம் கேட்கிற மாதிரி... சுதா என்னைப் புரிந்துக்கொள்ள முயற்சி பண்ணு... நீ நினைக்கிறமாதிரி நான் மோசமானவள் இல்லை...'' தான் உடனேயே அந்த இடத்தைவிட்டு எழுந்து போனது நினைவிற்கு வந்தது... உன்னைப் பற்றி இன்னும் என்ன இருக்கிறது தெரிந்துக்கொள்ள என்கிற மாதிரி... நீ என் ஆனந்தமான உலகத்தை அழித்தவள்... நான் உயிரையே வைத்திருந்த தாத்தாவைக் கொன்றவள்... நல்லவரான அப்பாவை விட்டுப் பிரிந்து வந்தவள்... எனக்குத் தெரிந்த உலகத்திலிருந்து என்னைப் பலவந்தமாகப் பிரித்துத் தெரியாத உலகத்திற்கு இழுத்துச் சென்றவள்... உன்னை நான் வெறுக்கிறேன். ஏன் என்றால் உன் மிருக இச்சையைத் தணித்துக் கொள்வதற்காகத்தான் இவ்வளவு பேருக்குக் கஷ்டத்தைக் கொடுத்தாய்... உனது சுயநலம்... நீயும் உன் புதிய கணவரும் ஆனந்தமாகக் குடித்தனம் செய்யுங்கள்... நான் ஹாஸ்டலில்தான் படிப்பேன்... உன் நிழலில் இருக்க மாட்டேன்.

அம்மா யாருடைய மார்பிலோ முகத்தைப் புதைத்துக்கொண்டு அழுவது புரிகிறது. 'அவள் என்னை அம்மா என்று கூப்பிட மாட்டேன்' என்கிறாள், நான் ஒரு பாவி என்று ஒவ்வொரு கணமும் நினைக்கும்படி செய்கிறாள்.

யாரோ மிருதுவாகச் சமாதானப்படுத்துவது கேட்கிறது. ''உஷ்! அவள் மிகவும் மெல்லிய உணர்ச்சிகள் கொண்ட பெண். மிகவும் ஜாக்கிரதையாக அவள் மனசில் இருக்கும் வெறுப்பை மாத்தணும்... பொறுமையாயிரு கமலா... உன்னுடைய உணர்ச்சிகளைக் காட்டாதே.''

விடுமுறைக்களுக்கு வீட்டுக்குப் போகவே பிடிக்கவில்லை. அவர்கள் இருவரையும் சேர்ந்து பார்க்கவே பிடிக்கவில்லை.

அம்மாவின் அழகே பிடிக்கவில்லை. அவர்கள் இருவரது உலகத்தில் தனக்கு இடமில்லை என்கிற உணர்ச்சி பீரிடுகிறது. தனக்கென்று யாருமே இல்லை... இவர்கள் மிருகங்கள்... இச்சையைப் பூர்த்தி செய்துக்கொள்ளும் சுயநலக்காரர்கள்...

அந்த மிருகத்தை என்னுள் வளர விடமாட்டேன்... அதற்குப் பலியாக மாட்டேன்... தாத்தா அவளை மடியில் வைத்துக் கொஞ்சுகிறார்... அவளை ஒரு கையால் அணைத்தபடியே கண்கள் அருளில் ஜொலிக்க நரைத்த மீசைகளுக்கிடையே நகைத்தபடி தாளம் போட்டுக்கொண்டு பாடுகிறார்... பித்தா பிறைசூடி பெருமானே...

திடீரென்று போஸ் பேசுகிற மாதிரி இருக்கிறது. பாவம், புண்ணியம், கற்பு, வேசித்தனம் என்பதெல்லாம் இரண்டாம் பட்சம்தான். மனிதாபிமானம் என்பதை மனிதன் மறந்துவிட்டால்! பாவிகள் யாருமில்லை என்று மன்னிக்கும் தன்மைதான் மனிதனைக் காப்பாற்றும்.

என்னால் முடியவில்லை! மன்னிக்க முடியவில்லை... சிலந்திக்கூடுகளாகச் சிக்கல்கள் பின்னிக்கொண்டே போகிறத மனசில்...

'வாட் யூ நீட் இஸ் எ லிட்டில் ஸெக்ஸ்...' - லீனா குழப்புகிறாள். முடியாது... அது மட்டும் முடியாது... 'ஐயாம் அப்ரெய்ட் ஆப் ஸ்கேண்டல்ஸ்' என்கிறாள் ஹெட்டா காப்ளர்... பிஸ்டல் வெடிக்கும் ஓசை கேட்கிறது...

சுதா அலறி அடித்துக்கொண்டு எழுந்தாள். உடலெல்லாம் வேர்த்திருந்தது.

***

மேஜை மேல் இருந்த கண்ணாடி ஜாடியிலிருந்த தண்ணீரை 'மளக்மளக்'கென்று குடித்தாள். மீட்டிங்குக்கு இன்னும் இருபது நிமிஷங்கள் இருந்தன. லீனாவை எழுப்பப்

பார்க்கையில் அவளுக்கு உடம்பு சுடுவது தெரிந்தது. லீனா லேசாகக் கண்ணைத் திறந்தாள்.

"உனக்கு ஃபீவர் இருக்கிறது லீனா. நீ வரவேண்டாம், நான் சொல்லிக் கொள்கிறேன், நான் இங்கு சொல்லிவிட்டு வழியில் டாக்டரிடமும் சொல்லிவிட்டுப் போகிறேன்" என்றாள் சுதா.

"தாங்க்யூ" என்றபடி கண்ணை மூடிக்கொண்டாள் லீனா.

சுதா அங்கிருந்த ஆயாவிடம் சொல்லிவிட்டுக் கிளம்பினாள். டாக்டர் வீட்டுக்குப் போக நேரமில்லாமல் ஒரு போன் செய்துவிட்டு காலேஜுக்குக் கிளம்பினாள்.

லீனாவின் ஜுரத்தைப் பற்றி அவளுக்குக் கொஞ்சம் யோசனையாக இருந்தது. நேற்று இரவு அந்தக் குளிரில் எங்கே அலைந்தாளோ, என்ன எக்ஸ்போஸ் செய்து கொண்டாளோ என்றிருந்தது.

மீட்டிங்குக்கு இன்னும் ஐந்து நிமிஷங்கள் இருந்தன, ஆபீஸில் போய் லீனா வர முடியாத காரணத்தை ஒரு ஸ்லிப்பில் எழுதி வைத்துவிட்டு, மீட்டிங்குக்குச் சென்றாள். அவள் போகையிலேயே பாதிப்பேர் அமர்ந்திருந்தார்கள். பிரபாகர் தான் முதலில் அவள் கண்களுக்குத் தென்பட்டான். அவள் அவனுக்கு அஸிஸ்டென்ட் என்கிற முறையில் அவன் பக்கத்தில் போய் உட்கார்ந்துக்கொண்டாள். எதிர்க் கோடியில் நடராஜன் உட்கார்ந்திருந்தான். டைரக்டர் வந்ததும் மீட்டிங் தொடங்கிற்று. பரீட்சைகளைப் பற்றி, பரீட்சைத் தாள்களைப் பற்றி விவாதங்கள் ஆரம்பித்தன. ஆங்கில டிபார்ட்மெண்ட்டைப் பற்றி அவரது கேள்விகளுக்கு விடைகள் பிரபாகர் தந்ததும், அவர் மற்ற டிபார்மெண்ட்டுக்காரர்களை விசாரிக்க ஆரம்பித்தார்.

பிரபாகர் தனது கால் கட்டை விரலை லோசாக அழுக்குவதை சுதா உணர்ந்தாள். அவன் தனது குறிப்புப் புத்தகத்தில் ஏதோ எழுதி அவளுக்குப் படும்படியாக வைத்தான்.

தமிழில் முத்துக்கோத்த மாதிரி வார்த்தைகள் இருந்தன.

'இன்று மாலை என்னோடு வெளியே வருவாயா? மிஸ்டர் போஸ் நுழையாமல் பார்த்துக் கொள்கிறேன்.'

அவள் தன் முகத்தில் புன்னகை படராமல் ஜாக்கிரதையாக உட்கார்ந்தாள்.

அதற்கடியில் 'இன்று முடியாது' என்று எழுதினாள்.

'ஏன்?' - அவன் எழுதினான்.

'லீனாவுக்கு ஜுரம்.'

'என்னிடமிருந்து எத்தனை நாளைக்கு இப்படி விலகி ஓடிக்கொண்டிருப்பாய்?'

சுதா பதில் எழுதாமல் இருந்தாள். கால் கட்டை விரலை அவன் அதிகமாக அமுக்கினான். அந்தக் குளிருக்கு அது 'சுரீரென்று' வலித்தது. அவள் தன்னை மீறி "ஊம்..." என்று சற்று பலமாகச் சொன்னாள்.

டைரக்டர் புருவங்களை உயர்த்தி அவள் பக்கம் திரும்பினார். நடராஜன் வெகுநேரமாகத் தன்னையே பார்க்கிற மாதிரி அவளுக்கு இருந்தது.

✲ ✲ ✲

அத்தியாயம் 14

"சற்று நில்லுங்கள் மிஸ்டர் பிரபாகர்" என்று தமிழில் பின்னாலிருந்து வரும் நடராஜனின் குரல் கேட்டு பிரபாகர் அலுத்துக் கொண்டான். அவனுக்கு யாரையும் சந்திக்கும் மூடில்லை. அப்பொழுது அதுவும் நடராஜனை நிச்சயம் இல்லை.

அவன் ஆயாசத்தோடு திரும்பினான். நடராஜன் மூச்சிரைக்க வேகமாக வந்து கொண்டிருந்தான். "அதென்ன இவ்வளவு வேகமாக நடக்கிறீர்கள்?" என்றபடி.

"வேகமாக நடந்தால்தான் குளிர் தெரியாமல் இருக்கிறது" என்று சிரித்தான் பிரபாகர்.

"உங்களுக்கு ஏதாவது என்கேஜ்மெண்ட் இருக்கா?"

"விசேஷமாக ஒன்றுமில்லை" என்று இழுத்தான் பிரபாகர்

"ஒரு புஸ்தகம் படிக்க வேண்டும் என்றிருந்தேன்..."

"அப்புறம் படித்துக் கொள்ளலாம். வாங்களேன் என் ரூமுக்கு. நானே உங்களுக்கு என் கையால் காப்பி போட்டுத் தருவேன்."

"எதற்கய்யா உங்களுக்குச் சிரமம்? ஹோட்டலில் சாப்பிட்டால் போகிறது..."

"இந்த ஊர் ஹோட்டலிலா? இந்தக் குளிரிலே நடந்து திரும்ப வந்து நீங்கள் எப்படித்தான் செய்கிறீர்களோ தினமும்!" என்றான்.

''வேறு வழியில்லாதபோது என்ன செய்வது...'' என்றான் பிரபாகர் அசிரத்தையாக.

கடைசியில் நடராஜனின் அறைக்குத்தான் போனார்கள் இருவரும். நடராஜன் உற்சாகத்தோடு போட்டுக் கொடுத்த காப்பி நன்றாகத்தான் இருப்பதாகத் தோன்றியது பிரபாகருக்கு.

அவன் அதைப் பாராட்டியபோது நடராஜன் அகமகிழ்ந்து போனான். ''நான் சமையல்கூட நன்றாக சமைப்பேன் பிரபாகர்! இன்று சாப்பிட்டுத்தான் பாருங்களேன்! நேத்து பண்ணின சாம்பார், முந்தாநாள் ரஸம், இன்று காலை...''

பிரபாகர் சிரித்தான்.

''ஃப்ரெஷ் ஸ்டாக்கே இல்லையோ?''

''சாப்பிட்டுப் பார்த்து சொல்லுங்கள், டேஸ்டு ஃப்ரெஷ்ஷா இருக்கா இல்லையா என்று! இங்கு ஒரு விசேஷம். ஒரு பண்டமும் கெட்டுப்போறதில்லை இந்தக் குளிருக்கு!''

இருவரும் சிரித்தபடி பொதுவாகப் பல விஷயங்களைப் பேசிக்கொண்டிருந்தார்கள். தான் ஓர் அற்ப விஷயத்துக்காக பிரின்ஸிபாலிடம் சண்டைபோட்டு சென்னையில் பார்த்துக்கொண்டிருந்த வேலையை ராஜினாமா செய்துவிட்டு வந்ததைப் பற்றிச் சொன்னான் நடராஜன்.

''இப்பொழுது நினைத்தால் பைத்தியக்காரத்தனமாக இருக்கிறது. ஏன் இந்த தூரதேசத்துக்கு அதுவும் இந்த மாதிரி ஒரு குளிர் ஊருக்கு வந்தோம் என்றிருக்கிறது...'' என்றான்.

''இதெல்லாம் ஓர் அனுபவமில்லையா நடராஜன்? நம்ம ஊரிலேயே உட்கார்ந்திருந்தால் நமக்குப் பக்கத்து மாகாண ஜனங்களைப் பத்திகூடத் தெரியாது. இந்த மாதிரி பழங்குடி மக்களைப்பத்தி அவர்களது எளிமையைப் பத்தியெல்லாம் எப்படித் தெரிஞ்சுப்போம்... பல தினுசான ஜனங்களைப் பார்க்கும்போது நம்ப மனசும் விசாலமாகிறது இல்லையா?''

"என்னவோ போங்கள்... இப்போதைக்கு இந்தக் குளிரைக் கண்டால்தான் பயமாக இருக்கு. அது சரி. நீங்கள் ஏன் வந்தீர்கள்?" என்றான் நடராஜன்.

பிரபாகர் சிரித்துவிட்டுப் பேசாமல் இருந்தான். "எனக்குப் பல இடங்களைப் பார்க்கணும் என்று ஆசை. அதுவும் இந்தக் கிழக்குப் பக்கம், நீபா எல்லாம் பார்க்கணும்னு ரொம்ப நாளா ஆசை. நீலகிரியிலேயே வளர்ந்தவன் நான். இந்தப் பக்கத்துப் பழங்குடி மக்களைப்பத்திக் கொஞ்சம் ஆராய்ச்சி செய்ய வேண்டும்னு ரொம்ப நாளா ஓர் ஆசை, அவர்களோடேயே கொஞ்சநாள் இருந்து பழகினால்தான் நமக்கு அவர்களைப் புரிந்துக்கொள்ள முடியும் என்று இங்கு வேலை தேடிண்டு வந்தேன். எங்களுக்கு நிறைய எஸ்டேட்டுகள், டீ கார்டன்ஸ் எல்லாம் இருக்கு. அப்பா பார்த்துக் கொள்கிறார். அஸ்ஸாம் டீ கார்டன்ஸைப் பத்தியும் நான் ஒரு ஸ்டடி பண்ணலாம்..."

இவன் ஒரு கிறுக்கன் என்று பட்டது நடராஜனுக்கு. தெற்கே, ஏக எஸ்டேட்ஸ் இருக்கும்போது காலை வீசி ராஜா மாதிரி இராமல் இங்கே ஆராய்ச்சி பண்ண வந்திருக்கிறானாம்... அதுவும் கவைக்கு உதவாத ஆராய்ச்சி!

அவர்கள் சாப்பிட்டுக் கொண்டிருக்கையில் நடராஜன் திடீரென்று சொன்னான். "உங்களுக்கு ஒரு விஷயம் சொல்லட்டுமா? எனக்கு இந்த மிஸ் சுதாவைப் பத்திக் கொஞ்சம் தெரியும்."

பிரபாகர் திடுக்கிட்டான் ஒரு விநாடி. பிறகு இயல்பாகச் சிரித்தபடி, "அப்படியா, எப்படித் தெரியும்?" என்றான்.

சுதா எங்கே அக்கம்பக்கத்தில் இருக்கப் போகிறாளோ என்று பயந்தவன் மாதிரி நடராஜன் குரலைத் தாழ்த்திக் கொண்டான்.

"இவளுடைய அம்மாவுக்கும் அப்பாவுக்கும் கொஞ்ச வருஷங்களுக்கு முன்னாலேயே டைவோர்ஸ் ஆயிற்று, அந்த கேஸை நடத்தியவரே எங்கப்பாதான்."

பிரபாகர் தனது உணர்ச்சிகளையே காட்டாமல் உட்கார்ந்திருந்தான். இதைத் தன்னிடம் சொல்வதற்குத்தான் தன்னை இன்று நடராஜன் வலிய அழைத்திருக்கிறான் என்று புரிந்தது.

"அப்படியா?" என்றான் சாதாரணமாக.

நடராஜன் உற்சாகத்தோடு தொடர்ந்தான். "சுதாவின் அம்மாவை நான் ஒரே தடவை பார்த்திருக்கேன். அம்மோவ் என்ன அழகு? தௌசன்ட் வால்ட்ஸ் பல்பு மாதிரி கண்ணைக் கூசும் அழகு. சுதா அவளை மாதிரியே இருந்தாலும் பார்க்கக் குளுமையாக இருக்கிறாள். அதுதான் வித்தியாசம். நான் வந்ததிலேருந்து அதான் யோசனை பண்ணிக் கொண்டிருந்தேன், இவள் முகம் ஃபெமிலியராக இருக்கே என்று."

சாப்பாட்டைத் தொடர்ந்தபடியே "அப்புறம் என்ன ஆச்சு" என்றான் பிரபாகர். நடராஜனின் உற்சாகத்தைக் குலைக்கக் கூடாது என்பதற்காக,

சுதாவின் அப்பாவைப்பத்தி பொதுவா நல்ல அபிப்பிராயம் இல்லை. அப்பா மகா மானியாம். ஆசாரக் குடும்பத்தைச் சேர்ந்தவராம். அந்த அம்மாளுக்கு அவர் போக்கு அலுத்திருக்கும். தௌசண்ட் வால்ட்ஸ் பல்புக்கும் அகல் விளக்குக்கும் பொருந்துமா? வேறு ஓர் ஆணோடு ஏற்பட்ட தொடர்பினால்தான் இந்த டைவர்ஸே நடந்தது. கொஞ்ச நாளைக்கெல்லாம் அந்த அம்மாள் அவரைக் கல்யாணமும் பண்ணிக்கொண்டு விட்டாள் என்று கேள்வி... ஆனால் ஒண்ணு, பிடிவாதமா பொண்ணு தன்னோடுதான். இருக்கணும்னு ஆசைப்பட்டாள். இத்தனை சுயநலமா இருந்தவளுக்குப் பாசம் ஒரு கேடா?"

பிரபாகர் பேசாமல் இருந்தான். தன் மனத்திலிருந்த கொந்தளிப்பு வெளிக்குத் தெரியக்கூடாது என்று அவன் சிரமப்பட்டுத் தன் முகத்தை இயல்பாக வைத்துக் கொண்டான். எழுந்து வாஷ்பேஸினில் கையை அலம்பி முகத்தையும்

அழுத்தித் துடைத்துக்கொண்டு வந்து உட்கார்கையில் மார்பின் படபடப்பு சற்று அடங்கின மாதிரி இருந்தது.

"உம், அப்புறம் சுதாவின் அப்பா என்ன செய்தார்?" என்றான்.

"அவர் என்ன செய்வார் பாவம்! இவளே வேறொருவனைக் கல்யாணம் செய்து கொண்டபோது அவருக்கு ஒரு துணை வேண்டாமா? அவரும் பிறகு ஒருத்தியைக் கல்யாணம் செய்து கொண்டார்!"

பிரபாகர் சிரித்தான். "அப்போ அவர் செய்தது சரி, அந்த அம்மாள் செய்தது தப்பு என்கிறீர்கள் இல்லையா? ஆணுக்கு ஒரு நீதி, பெண்ணுக்கு ஒரு நீதி என்றாகிறது..."

"கண்டிப்பாக... ஒவ்வொரு தாயும் இந்த மாதிரி செய்ய ஆரம்பித்தால் குடும்பம் என்கிறது என்ன ஆவது?"

"ஆக குடும்பத்தைக் கட்டிக் காக்கும் பொறுப்பும், கௌரவத்தைக் காப்பாற்றும் பொறுப்பும் பெண்கள் கையில்தான் இருக்க வேண்டும் என்று நாம் எதிர்பார்க்கிறோம், அதை நான் ஆட்சேபிக்கவில்லை. ஆனால் பெண்கள் இந்த மாதிரி காரியம் செய்தால் நாம் அதை மிகைப்படுத்தி அசிங்கமாக்குகிறோம் என்று தோன்றுகிறது எனக்கு. ஆண் இனத்துக்கும் பெண் இனத்துக்கும் பௌதிக உணர்வுகளில் வித்தியாசம் இருக்கவேண்டும் என்று நாம் எதிர்பார்க்கிறோம். அந்த அம்மாள் அந்தக் காலத்தில் அத்தனை தைரியமாக சமூகத்தின் ஏச்சுக்குப் பயப்படாமல் இந்தக் காரியத்தில் இறங்கணும்னா அதற்கு மிகபலமான காரணம் இருந்திருக்க வேண்டும்."

"ஆ... இந்த மாதிரி பெண்களுக்குத் தைரியத்தை வேறு சொல்லிக் கொடுக்கணுமா?" என்றான் நடராஜன் அலட்சியமாக.

"நான் அந்த மாதிரி பொதுப்படையாக யாரையும் சொல்லமாட்டேன் நடராஜன், நோபடி இஸ் என் ஏஞ்சல்

அண்ட் நோபடி இஸ் ஏ கம்ப்ளீட் டெவில்...! அது கிடக்கட்டும். சுதாவின் அம்மாவைப் பற்றிய பர்ஸனல் விஷயங்களைப் பற்றி நமக்கு ஏன் கவலை? நாம் அதைப்பற்றிப் பேசாமல் இருப்பதே நல்லது."

"அது வாஸ்தவம்தான். சும்மா ஒரு மாலைப் பொழுதில் வம்பளக்க ஒரு டாபிக்."

இன்னொருவரின் உணர்ச்சிகளோடு விளையாடும் இந்த வம்பளப்பு வேண்டாம் என்று தோன்றிற்று பிரபாகருக்கு.

"ஒரு விஷயம்" என்றான் நடராஜன். "இந்த மாதிரி அழகான பெண்களைக் கல்யாணம் செய்து கொண்டால் இதுதான் தகராறு. எப்போ கூட்டைவிட்டுப் பறந்துடும் பட்சி என்று சொல்ல முடியாது!"

பிரபாகர் பேசாமல் இருந்தான். அடிப்படையிலேயே இந்தப் பயலுக்கு ஏதோ கோளாறு என்று நினைத்துக் கொண்டான். சுதாவிடம் ஏதாவது உளறி வைக்கப் போகிறானே என்று கூடவே ஒரு பயம் எழுந்தது. அவன் மிகமிகப் பிரயாசைப்பட்டு செங்கல் செங்கல்லாக அடுக்கித் தன் வீட்டை எழுப்ப நினைக்கையில், மறுபுறத்திலிருந்து ஒவ்வொரு செங்கல்லாக விழுவதைப்போல் பிரமையாக இருந்தது.

✲ ✲ ✲

அத்தியாயம் 15

"ஏது இன்றைக்கு ஏதும் பிகு பண்ணிக் கொள்ளாமல் வந்துவிட்டாய்?" என்று தன் பக்கத்தில் நடந்து கொண்டிருந்த சுதாவைப் பார்த்து தன் மகிழ்ச்சியைக் குரலில் காட்டியவாறு பிரபாகர் கேட்டான்.

சுதாவின் கன்னங்களில் செம்மை படர்ந்து லேசாகக் குழி விழுந்தன.

"என் கட்டை விரலுக்கு மறுபடியும் ஆபத்து வந்து விடுமோன்னு பயமாகப் போய்விட்டது" என்று சிரித்தாள் அவள்.

அவன் சிரித்துக்கொண்டே அவளுடைய கைகளை எடுத்துத் தன் கைகளில் வைத்து அழுத்தினான். "சுதா, யூ ஆர் எ டார்லிங் எ டார்லிங்..." - அவனது மனத்தின் தாபமெல்லாம் அந்த அழுந்தலில் இருந்த மாதிரி இருந்தது.

சுதாவுக்கு வியர்த்தது. "நீங்கள் இந்த மாதிரி செய்வதாயிருந்தால் நான் உங்களுடன் வரவே மாட்டேன்..."

அவன் அவளுடைய கையை விடாமலேயே சொன்னான், "பின்னே என் உணர்ச்சிகளை நான் எந்தவிதத்தில் உனக்குக் காட்டுவேன்?"

"வெறும் உங்கள் பார்வையிலேயே புரிந்துக்கொள்வேன்..."

"ஆமாம், உனக்குத் தண்ணீரை சும்மா பார்த்துக் கொண்டிருந்தாலே தாகம் தீர்ந்துவிடும்... ஓ! உன்னோடு எவ்வளவு பேசணும் என்று துடித்துக் கொண்டிருக்கிறேன். நீயானால் லீனாவின் பேரிலும், போஸின் பேரிலும்தான் அதிக அக்கறை காட்டுகிற மாதிரி இருக்கிறது... நடராஜனின் பேச்சைக்கூட நீ இனிமேல் கேட்க ஆரம்பித்து விடுவாயோ என்று பயமாக இருக்கிறது..."

சுதா பெரிதாகச் சிரித்தாள். "அவரைப் பார்த்தால் கொஞ்சம் லூஸ் என்று எனக்குத் தோன்றுகிறது" என்றாள் அவள்.

"இந்த மாதிரி இருப்பவர்களிடம்தான் நாம் ஜாக்கிரதையாக இருக்கணும். சாமர்த்தியமாகப் பேசுகிறோம் என்று எதையாவது உளறி வைப்பார்கள் ஐ திங்க் யு மஸ்ட் இக்னோர் தட் ஃபெல்லோ..." என்று பிரபாகர் சற்று சீரியஸாகப் பேசுவதைக் கேட்டு அவள் யோசனையுடன் நடந்தாள்.

அவர்கள் முக்கு திரும்பினதும் வாட் லேக் அற்புத அழகோடு காட்சியளித்தது. ஒரு குழந்தைத்தனமான மகிழ்ச்சியோடு சுதா, "ஓ... எத்தனை அழகாயிருக்கிறது பாருங்கள்!" என்றாள்.

அவளது மகிழ்ச்சி அவனுக்கு பரவசமாக இருந்தது. அவளது கையை மறுபடி பற்றி, "அடிக்கடி இங்கே வரலாமா?" என்றான்.

அவள் பதில் பேசாமல் புன்னகைத்தபடி இயற்கை எழிலை ரஸித்தபடி, தன் கை அவனதில் கோத்திருப்பதுகூட உணர்வில்லாதவள் மாதிரி நடந்தாள்.

அவன் ஓர் ஒதுக்குப்புறமான பகுதிக்கு அவளை அழைத்துச் சென்று அமரச் செய்தான்.

இருவரும் அப்படித் தனிமையில் உட்கார்ந்ததுமே சுதா சட்டென்று ஏதோ ஒரு கனம் மனத்தை அழுத்துகிற மாதிரி உணர்ந்தாள். அவன் ஏதோ தீவிரமாக யோசனை செய்பவன்

போல் சற்று நேரம் இருந்தான். பிறகு திடீரென்று விழித்துக் கொண்டவன்போல் கேட்டான்.

''ஊம்... இப்பொழுது சொல்லு, எதற்காக அப்படிச் சொல்லாமல் கொள்ளாமல் ஓடி வந்தாய்?''

இருள் சரசரவென்று விரிய ஆரம்பித்திருந்தது. தன் மனத்திலும் இருள் சூழ்வதைப்போல் இருந்தது சுதாவுக்கு. அவள் தலையைக் குனிந்துக்கொண்டாள். எப்படிச் சொல்வது என்று புரியவில்லை. சொன்னால் புரிந்துக்கொள்வானா என்றிருந்தது. புரிந்துகொண்டால் தன்னைப் பற்றி என்ன நினைப்பான் என்று பயமாயிருந்தது.

அவனைப் பார்க்காமலே எங்கேயோ பார்த்தபடி அவள் சொன்னாள், ''எவ்வளவோ நாட்களுக்கு முன்னால் இந்த யூனிவர்ஸிடி செய்திருந்த அட்வர்டைஸ் மெண்ட்டுக்கு அப்ளிகேஷன் போட்டிருந்தேன். இன்ட்டர்வியூவுக்கு கால் வந்ததும் உடனே கிளம்பத்தான் நேரமிருந்தது...''

தான் பேசுவது நிஜமாக இருந்தாலும் அவனுக்கு அது எவ்வளவு அபத்தமாகப்படும் என்று அவளுக்குப் புரிந்தது.

***

''**அ**தற்காக? என்னிடம்கூட சொல்லாமல் போனாயா? சுதா, ஹௌ குட் யூ டூ திஸ் டு மீ?'' அவன் குரலில் ஆத்திரம் மட்டுமில்லை. விசனமும் இருந்தது.

''அது கிடக்கட்டும், உனக்கு வேலை பார்க்க வேண்டும் என்கிற நிர்ப்பந்தம் எங்கிருந்து வந்தது, நான் உன்னைக் கல்யாணம் செய்து கொள்வதாக இருந்தபோது? என்னைக் கல்யாணம் செய்துக்கொள்ள இஷ்டமில்லை என்றால் நீ நேரிடையாகச் சொல்லியிருக்கலாம்... அல்லது ஒரு கடிதத்தில் தெரிவித்திருக்கலாம். என் மனத்தில் நம்பிக்கைகளை நீ எழுப்பியிருக்க வேண்டாம்.''

அவளுக்கு அதற்குமேல் பொறுக்கவில்லை... விசித்து விசித்து அழ ஆரம்பித்தாள். அவளது மனநிலையறிந்தும் தான் அந்த மாதிரி பேசியிருக்கக்கூடாது என்று பிரபாகர் நினைத்துக்கொண்டான். அவளது இடையைப் பற்றித் தன்னிடம் சேர்த்து அணைத்துக்கொண்டபோது, அவள் அவனது மார்பில் முகத்தைப் புதைத்தபடி விசித்தாள்.

அவன் ஒரு குழந்தையைச் சமாதானப்படுத்துகிற மாதிரி மெதுவாகப் பேசினான்.

"நீ அப்படிச் செய்தது எனக்கு எப்படிப்பட்ட அதிர்ச்சியாக இருந்தது என்று உனக்குத் தெரியாது. அப்பாவிடம் அப்பொழுதுதான் நம் விஷயத்தைப்பற்றிச் சொல்லணும் என்று நினைத்திருந்தேன். எனக்கு எப்படி இப்படிப்பட்ட ஏமாற்றத்தைக் கொடுக்க முடிந்தது உன்னால்? உன் மனசில் என்ன குழப்பம்? என்ன பயம்? என்னிடம் சொல்லு சுதா... என்மேல் நம்பிக்கையில்லையா?"

சுதா கண்களைத் துடைத்துக்கொண்டாள்.

"உங்கள்மேல் இருக்கிறது; எனக்கு என்மேலேயேதான் இல்லை."

அவன் அதிர்ந்தவன்போல் அவளைச் சற்றே நிமிர்த்தி உட்கார வைத்தான்.

"ஏன்? என்ன காரணம்?"

"எனக்கே புரியவில்லை பிரபாகர்! மனசில் என்னென்னவோ பயங்களும் சந்தேகங்களும் என்னைத் துரத்துகிறது. என் தாய் வீட்டிலேயே என்னால் நார்மலாக இருக்க முடியவில்லை. மனசில் வெறுப்பு உணர்ச்சி படர்ந்து சைத்தான் மாதிரி ஆகிவிடுகிறது. இந்த மாதிரி மனநிலை உள்ளவள் உங்களோடு நார்மலா வாழ்க்கை நடத்த முடியுமான்னு பயம், அதாவது... அதாவது... உங்களுக்கு எல்லாவிதத்திலும் மனைவியா என்னாலே திருப்தியைக் கொடுக்க முடியாது என்கிற பயம்..."

அவள் என்ன சொல்ல நினைக்கிறாள் என்று அவன் புரிந்துக்கொண்டான். இந்த மனசுக்கு எந்தவகை வைத்தியம் செய்வது என்று யோசித்தபடி அவன் நிதானமாகப் பேசினான்.

"இதற்கு அடிப்படைக் காரணம் உனக்கே தெரியும். நீ புத்திசாலிப் பெண். இலக்கியம் படிக்கிறவள். காதல் காவியங்களைப் படித்தவள். உன்னுடைய அம்மா என்கிற நெருங்கிய உறவினாலே உன்னால் ஒரு பெண்ணுடைய உணர்ச்சிகளைப் புரிந்துக்கொள்ள முடியவில்லை. அம்மா என்கிற பந்தத்தை மறந்துவிட்டுக் கொஞ்சம் அவரைப்பத்தி யோசித்துப்பார். உன்னுடைய மனக்குழம்பங்கள் வெறுப்புகள் மறையும். யூ ஆர் சேஸிங் எ குருக்கட் ஷேடோ... மிஸ்டர் போஸ் சொன்னது நினைவிருக்கா...? மனிதாபிமானம் என்பது மிகவும் முக்கியம். அடிப்படையில் அது இல்லாவிட்டால் பாக்கி எல்லாம் இரண்டாம்பட்சம். மன்னிக்கும் தன்மை... அதுதான் உன்னை மனுஷியாக்கும். இல்லாவிட்டால் உன்னுடைய லட்சியங்களுக்கெல்லாம் எதிர்ப்புகளுக்கெல்லாம் அர்த்தமில்லாமல் போகும்... வீ ஆர் நாட் ஹியர் டு ஸிட் அன்ட் ஜட்ஜ். வி ஆர் ஹியர் டு லிவ் அன்ட் லெட் அதர்ஸ் லிவ்..."

அவனது வார்த்தைகள் மெதுவாக வந்தன. மனத்துக்கு இதமாக இருந்தன. அவனது அணைப்பில்தான் எப்போதுமே இப்படியிருந்தால்தான் மனுஷியாகி விடுவோம் என்று கூடத் தோன்றிற்று...

"உங்கம்மாவை நினைக்கும்போது எனக்கு அவர்மேல் ஒரு மதிப்புக்கூட ஏற்படுகிறது. சமூகத்துக்குப் பயந்துக்கொண்டு கற்பு என்கிற சொல்லுக்குப் பயந்துக்கொண்டு, அவர் போலி வாழ்க்கை வாழவில்லை. நீ கற்பு என்கிற வார்த்தையை ஒரு கண்ணாடிக் கட்டிடத்துக்குள் மாட்டி வைத்துப் பார்க்கிறாய். வெறும் பௌதிக உணர்வுகளோடு சம்பந்தப்படுத்திக் குழம்பிக் கொள்கிறாய். உங்கம்மாவும் உங்க ஸ்டெப் பாதரும் இணைந்து

வாழறதைப் பார்க்கிறபோது தம்பதிகன்னா இப்படித்தான் இருக்கணும்னு நான் நினைப்பேன். அவர்களது அன்பிலே அருள் இருக்கிற மாதிரி தெய்விகம் இருக்கிற மாதிரி...''

சுதா சிரித்தாள். ''பிரபாகர் உங்களுக்குக் கற்பனை அதிகம்... நான் கண்டதெல்லாம் அவர்களது மிருக இச்சையைத்தான்...''

அவன் சற்று கோபம் தொனிக்கச் சொன்னான். ''அது உன் வக்கிர புத்தியினால், உகில் இச்சை என்பது ஒரு முழுமையின் ஒரு பாகம். அதுவே முழுமையில்லை. அதை நீ அசிங்கமானதாக நினைத்து ஆண் பெண் உறவையே கேவலப்படுத்துகிறாய். உன் அம்மா வெறும் உடல் இச்சைக்காகக் கிருஷ்ணனைக் கல்யாணம் செய்துக்கொண்டிருந்தால், அது வெறும் கிருஷ்ணனோடு நின்றிருக்காது... இன்னும் பலபேர் வந்திருப்பார்கள்...''

சுதா சிறிதுநேரம் ஏதோ சிந்தனை வசப்பட்டவள் மாதிரி பேசாமல் இருந்தாள். இவன் சொல்வதிலெல்லாம் ஏதேனும் உண்மை இருக்குமோ என்று அவள் மனசு நினைக்கிற மாதிரி இருந்தது. பிறகு மெல்ல, ''ஆனால் என் அம்மாவைப் பத்தி சமூகமே கேவலமாகத்தான் நினைக்கிறது...'' என்று முணு முணுத்தாள்.

அது எவ்வளவு நிஜம் என்று பிரபாகருக்குப் பட்டது. படித்தவனான நடராஜன், இளைய தலைமுறையைச் சேர்ந்தவன். அவனே அப்படிப் பேசுகிறானென்றால் மற்றவர்களை என்ன சொல்வது...?

''பிரபாகர்!'' என்றாள் சுதா. ''உங்கள் அப்பாவே அப்படித்தான் நினைக்கிறார்'' என்றாள் மெல்ல.

''என்னது'' என்று அதிர்ந்து போனவன் மாதிரி கேட்டான் பிரபாகர். ''யார் சொன்னது உனக்கு இந்த அபத்தத்தை?''

அவளுடைய கண்களில் நீர் கோத்துக் கொண்டது.

"என்னுடைய ஸ்டெப் பாதரிடம் ஒருவர் சொல்லிக் கொண்டிருந்ததை நான் கேட்டேன். நம் இருவருக்கும் இருக்கும் பழக்கம் தெரிந்து உங்கப்பா அவரிடம் சொன்னாராம், என்னை நீங்கள் கல்யாணம் செய்துக்கொண்டால் தங்கள் குடும்ப கௌரவம் பாதிக்கும் என்று. அதைக் கேட்டு விட்டுத்தான் நான் ஷில்லாங் வரத் தீர்மானித்தேன்."

முதல் முறையாக எதையோ புரிந்து கொண்டவன் மாதிரி அவன் புருவங்களை உயர்த்தினான். "ஸோ தட் இஸ் இட். அதனால் என் குடும்ப கௌரவத்தைக் காப்பாத்த நீ ஓடிவந்து விட்டாய் இல்லையா? என்ன அபத்தமான தியாகம்! யாரோ மூன்றாம் மனுஷன் சொன்னதைக் கேட்டு வந்து விட்டாயென்றால் என்ன கோழை நீ! என் அப்பாவை சமாதானப்படுத்த எனக்குத் தெரியும். அவர் அப்படிப்பட்ட பிடிவாதக்காரரும் இல்லை..." என்றவன் அவளைத் தன் அருகே இழுத்து முகத்தை இரு கைகளாலும் பிடித்தபடி, "மை ஸ்டுப்பிட் கர்ள். உன்மேல் எனக்கு நம்பிக்கையிருக்கு. என்மேலும் உனக்கிருக்கும்போது என்ன பயம்?" என்று அவளது அதரங்களில் தனது அதரங்களை வெகு தாபத்தோடு பதித்தான் அவள் தன் சுபாவப்படி பயத்தில் விரைத்துக் கொள்ளாமல் அதை இயற்கையாக ஏற்றுக் கொண்டதை அவன் கவனித்தான். அவளையறியாமல் அவளது கைகள் அவனது கழுத்தில் மாலையாகக் கோத்து நிற்கையில் அவை ஜில்லென்றிராமல் கதகதப்பாக இருந்தன...

✲ ✲ ✲

அத்தியாயம் 16

லீனா படுக்கையில் சாய்ந்தபடி ஒரு நாவலைப் படித்துக் கொண்டிருந்தாள்.

சுதா அறைக்குள் நுழைந்தபோது லேசாக விசில் அடித்தாள்.

கைக் கடிகாரத்தைப் பார்த்துவிட்டு, "இப்பொழுது நேரம் என்ன என்று தெரியுமா மிஸ் சுதா?" என்றாள்.

சுதா பதில் பேசாமல் முகத்தில் பரவும் புன்னகையை மறைக்க முடியாமல் உடை மாற்றிக்கொள்ள ஆரம்பித்தாள்.

"யூ ஹேவ் க்ராஸ்ட் த டீஸென்ட் அவர்ஸ் பை எனி ஸ்டாண்டர்ட்ஸ் மிஸ் சுதா!" என்று அதே குரலில் மறுபடி லீனா அதட்டியபோது...

சுதா 'பக்'கென்று சிரித்தாள்.

"ஏன், அதைத்தாண்ட உனக்குத்தான் உரிமையோ?" என்றாள்.

"ஆ, அப்படி வா வழிக்கு இப்பொழுதுதான் நீ கொஞ்சம் நார்மலாகப் பேசுகிறாய்... தாங்ஸ் டு மிஸ்டர் பிரபாகர்"

சுதா பதில் சொல்லவில்லை. லீனாவை மாதிரி சட்டென்று எல்லாவற்றையும் கொட்டிவிட இன்னமும் மனசு இடங்கொடுக்கவில்லை.

"நீ ஏன் இவ்வளவு நேரம் தூங்காமல் விழித்துக்கொண்டு உட்கார்ந்திருக்கிறாய்? ஜுரம் வந்த உடம்பு என்னத்துக்காகும்?"

"ஏனென்றால் உன்னுடைய தோழி என்கிற முறையில் உன்மேல் எனக்கு ஒரு மாரல் ரெஸ்பான்ஸிபிலிட்டி இருக்கிறது. பன்னிரண்டு மணி தாண்டிவிட்டால் கடத்தல் கேஸ் என்று போலீஸுக்கு போன் பண்ணலாம் என்றிருந்தேன்."

சுதா சிரித்துக்கொண்டே ரஜாய்க்குள் முடங்கியபடி படுத்தாள்.

லீனா, "உம், அப்புறம்?" என்றாள்.

"அப்புறம் என்றால்? ஏதாவது கதை பாதியில் நின்றிருந்ததா?"

"கதையை இனிமேல்தான் ஆரம்பிக்கப் போகிறாய். கரெக்ட், உம் சொல்லு! நான் மத்தியானம் நல்ல தூக்கம் போட்டாயிற்று. இப்போதைக்குத் தூக்கம் வராது..."

"ஆனால் எனக்கு வருகிறது" என்று கண்ணை மூடிக்கொண்டாள் சுதா.

"உனக்கு நிச்சயம் இன்று தூக்கம் வராது. உன் கண்ணில் தெரியும் பளபளப்பே சொல்லுகிறது..."

சுதா புன்னகைத்துக்கொண்டாள். அப்படியா? மனசுகூட என்னவோ பளிச்சென்று ஆகியிருக்கிற மாதிரி இருக்கிறது. பாலீஷ் போட்ட குடம் மாதிரி இனிமேல் அதில் ஒரு நிறைவு இருக்கும்போல் இருக்கிறது. உணர்ச்சிகள் பொங்கி, சிதறி வெடித்து விழாது இனிமேல் என்கிற மாதிரி...

"மிஸ் ஸின்ட்ரெல்லா! நீ அப்புறம் கனவு காணலாம். சொல்லு, இந்த பிரபாகரை எப்படி பழக்கமாச்சு, எந்த அளவு வரை உங்கள் சிநேகிதம் வளர்ந்திருக்கு என்று சொல்லு! இந்தச் சுவர்களுக்கு வெளியே உன் ரகசியம் போகாதடி பார்த்துக் கொள்கிறேன்."

இன்று இருதயம் லேசாகிப் போன மாதிரிதான் இருந்தது... அதன் கதவுகளை மெல்லத் திறந்து இந்த லீனாவுக்குக் காட்டுவதில் ஏதும் தவறில்லை என்று தோன்றியது.

'எங்கே ஆரம்பிப்பது...? எதைச் சொல்வது...?'

அவளுடைய வாழ்க்கையில் எல்லா சம்பவங்களும் ஒன்றோடொன்று பின்னிக் கொண்டிருந்த மாதிரி இருந்தது. அத்தனை இழைகளையும் காண்பித்தால்தான் நெசவே தெளிவாகத் தெரியும் போலிருந்தது... இல்லாவிட்டால் லீனாவுக்கு அவளுடைய வக்கிரமான சுபாவத்தைப் புரிந்துக்கொள்ள முடியாது...

சுதா விட்டத்தை நோக்கியபடி பழைய ஏடுகளைத் துழாவினாள்...

***

பிரபாகருக்குத் தூக்கம் வரவில்லை. என்னென்னவோ யோசனைகள் மனத்தில் அலைபாய்ந்த வண்ணம் இருந்தது. சுதாவின்மேல் சற்று கோபங்கூட வந்தது. கூடவே அனுதாபமும், அவளுடைய மனசு முழுவதும் நிர்மலமாகப் போகும் என்கிற கவலையும் எழுந்தது... முன்பு அவளை அவன் முதன்முதலில் சந்தித்தபோது அவள் இதைவிட மோசமாக இருந்தாள். அவன் அந்த காலேஜில் ஆங்கில லெக்சரராக நுழைந்தபோது அவள் இரண்டாவது வருஷம் படித்துக் கொண்டிருந்தாள். முதல்நாள் அவன் பிரின்ஸ்பாலிடம் பேசிவிட்டு அந்தப் பாதிக் கதவைத் திறந்துக்கொண்டு வெளியே வருகையில், அவன் வருவது தெரியாமல் அவளும் உள்ளே நுழையப் பார்க்கையில் இருவரது மண்டையும் மோதிக்கொண்டது இப்பவும் பசுமையாக நினைவில் இருக்கிறது.

அவனைவிட அவள் அதிகம் குழப்பமடைந்தவள் மாதிரி அவள் முகம் சிவந்து போனதைக் கண்டு அவன் முழித்துக்கொண்டு நிற்கையிலேயே அவள், "சாரி" என்று சொல்லிவிட்டு உள்ளே சென்றுவிட்டாள். அவள்

அவனுடைய மாணவி என்று பிறகு தெரிந்தது. அவளது அழகு பிரமிப்பைத் தந்தது. அவளது சுபாவம் அவனுக்குப் புதிராக இருந்தது. மற்ற மாணவ மாணவியர் மாதிரி அவள் உல்லாசமாய் இருந்து அவன் பார்த்ததேயில்லை. அவள்தான் முதல் மார்க் வாங்கினாள் எல்லாவற்றிலும். அவளது மிக அழகான ஆங்கில நடையைப் படிக்கும்போது இத்தனை கற்பனைவளம் உள்ள பெண்ணுக்கு மனத்தில் என்ன சுமை என்று அவனுக்கு யோசனையாக இருந்தது.

ஒருநாள் அவன் வகுப்பில் வேடிக்கையாக "மோனோலிஸாவின் புன்னகை ரொம்ப பிரஸித்தம், ஆனால் அவள் வாயைத் திறந்து சிரிக்காமல் இருந்ததற்கு ஒரு ரகஸியம் உண்டு. அவளுடைய பற்கள் உளுத்துப் போன பற்களாம்! எனக்கு, நம் மிஸ் சுதாவைப் பார்க்கும்போது அவள் வாய்விட்டு சிரிக்காததற்கு அதுதான் காரணமோ என்று தோன்றுகிறது" என்று சொன்னபோது வகுப்பு மட்டும் சிரிக்கவில்லை, சுதாவும் சிரித்தாள் தன்னை மறந்து மிக அழகான பற்களின் வரிசை தெரிய கன்னங்களில் குழி விழ, அன்றே அவளிடம் தன் மனத்தைப் பறிகொடுத்தது, நினைவுக்கு வந்தது...

அவனுக்கு மெல்ல மெல்ல அவளது குடும்பப் பின்னணி தெரிந்தது. அவனுக்கும் முதலில் தெரிந்தது வதந்திகள்தான். வீட்டில் அவளுக்கு அன்பு காட்டுபவர்கள் யாருமில்லை என்று அவனுக்குத் தோன்றிற்று. அந்தப் பச்சாதபமே அவனது அன்பை அதிகமாக்கினாற்போல் இருந்தது. அவள் எம்.ஏ. பாஸ் செய்ததும், அதே கல்லூரியில் லெக்சரராக வந்தபோது அவன் எவ்வளவு கிட்ட நெருங்கியும் அவள் விலகியே இருந்தாள். அவன் ஒரு நாளைக்கு தைரியமாகத் தன் மனத்தில் இருந்ததை அவளுக்குச் சொன்னபோது அவள் அதிர்ந்தவள் மாதிரி தென்பட்டாள். ஆனால் விடாக்கண்டனாக அவன் அவள் மனத்தை ஆக்கிரமித்துக் கொண்டான். அதுதான் எவ்வளவு சிரமமாக இருந்தது!

ஆனால் அவளது மனப்பெட்டகத்தில் ஏதோ விவரம் புரியாத பயங்கள், கூச்சங்கள் இருக்கிற மாதிரி சில சமயம் அவனுக்குத் தோன்றும். அவளது பருவ உணர்ச்சிகளையெல்லாம் பூட்டி வைத்திருக்கிற மாதிரி தோன்றும், இந்தக் காலத்து மாணவ மாணவியர் கொஞ்சங்கூட கூச்சமில்லாமல் செக்ஸைப் பற்றிப் பேசும்போது அவள் அந்த வார்த்தையையே வெறுப்பதுபோல் நடந்துக்கொண்டது, அவனுக்கு விநோதமாக இருக்கும். மனோதத்துவ வழியில் இதை கவனிக்க வேண்டும் என்று தோன்றும், அவனை அவள் நேசிப்பதாக ஒப்புக்கொண்ட போதும், அவன் அவளை மணக்க சித்தமாக இருப்பதைத் தெரிவித்தபோது அவள் முணுமுணுத்துக் கொண்டாள். 'ஒரு மனைவியின் கடமைகளை என்னால் முழுமையாகச் செய்யமுடியாது என்று பயமாக இருக்கிறது...' இது எல்லோருக்கும் ஏற்படும் பயம் என்று அவன் சமாதானப்படுத்திக் கொண்டான்.

இதற்கிடையே பெங்களூருக்கு ஒரு கான்பரன்ஸுக்குப் போக வேண்டியிருந்தது. அங்கிருந்து வந்தபிறகு தந்தையிடம் அனுமதி பெற்று அவளைக் கல்யாணம் செய்துக்கொள்ள வேண்டும் என்று அவன் நினைத்திருக்கையில், அவன் திரும்பி வருவதற்குள் சுதா கிளம்பிவிட்டிருந்தாள்... அவனுக்கு அன்று எத்தனை அதிர்ச்சியாக இருந்தது! இவளுக்காக நாம் உருகுவானேன் என்று மகா கோபம்கூட வந்தது. என்ன கிறுக்குப்பிடித்த பெண் என்ற சலிப்பு ஏற்பட்டது. ஆனால் நாள் செல்லச் செல்ல, அவளை அவன் நன்கு புரிந்துகொண்டிருந்ததால் கோபம் மெல்ல மெல்ல வடிந்து அனுதாபம் ஏற்பட்டது. அவள் திடீரென்று அப்படிக் கிளம்பிப் போனதற்கு ஏதாவது ஒரு பலமான காரணம் இருந்திருக்க வேண்டும் என்று தோன்றிற்று.

அவளுடைய அம்மாவுக்கும் கிருஷ்ணனுக்கும் தெரியவில்லை. "எங்களிடம் அவள் மனம் திறந்து பேசுவதேயில்லை" என்று அந்த அம்மாள் அழுதபோது

பரிதாபமாக இருந்தது. இந்த மாதிரி புத்தி பேதலித்து ஓடும் பெண்ணைத் தேடிக்கொண்டு போவது மடத்தனம் என்றுகூடத் தோன்றிற்று. அவளுக்குக் கடிதம் எழுத வேண்டும் என்று துடித்த மனசுக்குப் பிரயாசைப்பட்டு அணை போட்டான். ஆனால் அவளை மறப்பது அவ்வளவு சுலபமாக இருக்கவில்லை. தன்னுள் ஓர் அங்கமாகிப்போன மாதிரி, அது அவனது மிக முக்கியமான அங்கம் மாதிரி அவனுக்கு நாள் செல்லச் செல்ல தோன்ற ஆரம்பித்தது. அவனுக்கு ஒரு நாளைக்குத் தோன்றிற்று, அவளது பயங்களுக்கு அடிப்படைக் காரணம் அவளது குடும்பத்துடன் நெருங்கிப் பழகினால் தெரியும் என்று...

அவன் அடிக்கடி சுதாவின் வீட்டிற்குப் போனான், சுதாவின் தாயுடனும் கிருஷ்ணனுடனும் பழகப் பழக சுதா தனது மனத்தில் அவர்களைப் பற்றி எத்தனை தவறான கருத்துக்களை வளர்த்துக்கொண்டு தன்னையே சித்ரவதை செய்துக் கொள்கிறாள் என்று புரிந்தது. அவளது வெறுப்பினால் அவளது தாய்க்கு ஏற்பட்டிருக்கும் துக்கம் புரிந்தது.

ஒருநாள் ஒரு வடநாட்டுத் தினத்தாளில் எதேச்சையாக அந்த விளம்பரத்தைப் பார்த்தான். அந்த ஃப்ரொபஸருக்கான விளம்பரத்தை. உடனே அதற்கு அப்ளை செய்தான்.

அதற்குப் பிறகு இந்த வேலையும் கிடைத்து இங்கு வந்ததையும், மற்ற நிகழ்ச்சிகளையும் பிரபாகர் நினைத்துப் பார்த்துக் கொண்டான்.

சுதா இந்தச் சூழ்நிலையில் சற்று மாறியிருப்பதாகத்தான் தெரிந்தது. மனசு விரிந்துகொண்டிருக்கிற மாதிரிதான் இருந்தது. இன்று மாலை தன்னைக் கட்டுப்படுத்திக்கொள்ள முடியாமல் அவளது அதரங்களை ஸ்பரிசித்ததை நினைக்கையிலேயே அவனுக்கு உடல் சிலிர்த்தது. அவள் விரைத்துப் போகவில்லை பயத்தில் என்கிற நினைப்பே மனத்துக்குத் தெம்பாக இருந்தது. ஆனால் அவளது மனசு இன்னும் க்ளியர் ஆகவேண்டும்.

அங்கே இனிமேலும் எந்தவிதமான சம்சயங்களும் பயங்களும் உண்டாகாதபடி...

அவள் அவன் தந்தையைப் பற்றிச் சொன்ன விஷயம் அவனுக்கு அதிர்ச்சியாக இருந்தது. அவர் அந்த மாதிரி சொல்லக்கூடியவர் இல்லை என்று அவனுக்கு நிச்சயமாகத் தெரியும், இந்த ஆறு மாதங்களாக அவன் தவிக்கும் தவிப்பை மௌனமாகப் பார்த்துப் புரிந்துக்கொண்டவர். அவன் ஷில்லாங்குக்கு வேலை தேடிக்கொண்டு கிளம்புவதற்கான காரணமும் தெரிந்துக்கொண்டவர். அவனுக்கு எந்தவித ஆட்சேபனையும் சொல்லாமல் கிளம்பும்போது, கனிவோடு அவன் கையை அழுத்தி 'விஷ் யூ குட் லக்' என்றவர், சுதா பயப்படுகிற மாதிரி சொல்லியிருப்பாரா? யாரோ மூன்றாம் மனிதர் கதை கட்டிவிட்டதைக் கேட்டு நம்பி இவள் ஓடிவந்தாள் என்றால், இவளது மனசில் எத்தனை பயங்கள் இருக்க வேண்டும்?

திடீரென்று ஒரு விஷயம் அவனுக்கு ஞாபகம் வந்தது. சுதாவின் தாயைப்பற்றி அவனுக்கு மிகவும் ஆப்தமானவர் தெரிவித்த விஷயம்.

அது அவளுக்குத் தெரிந்தால் அவளது மனத்தில் இருக்கும் சிலந்திக் கூடுகள் எல்லாம் விலகிப் போகுமா?

✻ ✻ ✻

அத்தியாயம் 17

சுதாவுக்காக வெந்நீரை பக்கெட்டில் நிரப்பியபடி சங்கரன் பாடிக்கொண்டிருந்தான்

'அரவிந்தாக்ஷண்டே ரூபம் கண்டு...
பக்தி ஆனந்த பாஷ்பம் கண்ணில் பதின்னு
நர ஜன்ம பாபம் நசிச்சு
பாரில் சில காலம்
சௌபாக்கியமோடு வாழான்...'

அவன் பாடுவதைக் கேட்டுக்கொண்டே வந்த சுதாவுக்கு அவன் பாவத்தோடு அனுபவித்துப் பாடுவது அதிசயமாக இருந்தது. தனது பாஷையையே அபூர்வமாகப் பேசும் இவனுக்கு மலையாளப் பாட்டும் குருவாயூரப்பனும் மறக்கவில்லையா?

"என்ன சங்கரன், இன்னிக்குப் பாட்டெல்லாம் அமர்க்களமாயிருக்கு?" என்று கேட்டாள்.

அவன் கூச்சப்பட்டவன் மாதிரி சிரித்தான்.

"நான் திவஸம் பாடுவேனே!"

"இந்த ஷில்லாங் கோடியில் உட்கார்ந்தும் உனக்குக் குருவாயூரப்பனின் ரூபம் கண்ணில் நிக்கறதா?" என்று சிரித்தாள் சுதா.

''எந்தக் கோடிக்குப் போனாலும் அதெல்லாம் மறக்கிற சமாசாரமா?'' என்றான் அவன்.

அவசரம் அவசரமாகக் குளிக்கையில் மனசு சங்கரனைப் பற்றியே சுழன்று சுழன்று வந்தது.

'கேரளச் சமையலையெல்லாம் மறந்து எத்தனையோ ஜன்மமாச்சு' என்று அன்று சொன்னவன், இன்று இப்படிச் சொல்கிறான். இவனுக்கும் மனத்தில் சில தீர்மானமான லட்சியங்கள், மறக்க முடியாத வேரூன்றிவிட்ட பண்புகள் இருக்க வேண்டும்... இந்தக் கிழக்கு மூலையில் கொஞ்சங்கூட எந்த வகையிலும் சம்பந்தமில்லாத ஒரு பெண்ணைக் கல்யாணம் செய்துக்கொண்டு, குழந்தைகளைப் பெற்றுக்கொண்டு எப்படி சந்தோஷமாக வளைய வருகிறான்? இவன் மனத்தில் ஏக்கங்கள் இருக்காதா? அவனது நிம்மதியான வாழ்க்கையே ஒரு சாதனையாகப்பட்டது அவளுக்கு, லீனாவின் பெற்றோரும் அவளுடைய பெற்றோரும் செயல்படுத்தத் தெரியாத சாதனையல்லவா அது?

அவள் குளித்துவிட்டு வெளியில் வரும்போதும் சங்கரன் பார்வையை எங்கோ நழுவவிட்டு உட்கார்ந்திருந்தான்.

''என்ன சங்கரன், ஊர் ஞாபகமா?'' என்றாள் சுதா.

''ஆமாம், அம்மைக்கு உடம்பு சுகம் இல்லை, எழுத்து வந்திருக்கு'' என்றான்.

அடுத்த மாசம் நீ ஊருக்குப் போகலாமே. ஹாஸ்டலே காலியாகிவிடுமே?

''போகணும்!''

சுதா சிரித்துக்கொண்டே கேட்டாள்.

''நீ இங்கே கல்யாணம் செய்துக்கொண்டது உங்கம்மாவுக்குக் கோபம் இல்லையா?''

''முதல்லே கொஞ்சம் இருந்தது; இப்ப இல்ல.''

சுதா யோசனையுடன் அறைக்குச் சென்றாள். எளிய ஜனங்களுக்கு சுலபமாக மன்னிக்கத் தெரிகிறது... நாகரிகம் அதிகமாக ஆகத்தான் எளிமையே மறந்து போய்விடுகிறது... மனிதாபிமானமே செத்துப் போய் விடுகிறது... சட்டென்று அவளுக்குச் சிரிப்பு வந்தது. மிஸ்டர் போஸின் பேச்சைக் கேட்டதிலிருந்து எதைப் பற்றி யோசனை செய்தாலும் கடைசியில் மனசு அந்த ஒரு வார்த்தையில் சிக்கிக் கொள்கிற மாதிரி இருந்தது...

லீனா எழுந்து விட்டிருந்தாள்.

"என்ன சொல்கிறான் சங்கரன்?" என்று கேட்டாள்.

"அவனுக்கு ஊர் ஞாபகம் வந்துவிட்டது..." என்றாள் சுதா.

"எல்லாருக்கும் ஊர் ஞாபகம் வரும்; உன்னையும் என்னையும் தவிர..." என்றாள் லீனா.

அவள் குரலிலிருந்த அலுப்பைக் கண்டு சுதாவுக்கு ஆச்சரியமாக இருந்தது.

"லீவு விட்டால் ஊருக்குப் போகலாமே என்றிருக்கு. ஊருக்குப் போகாவிட்டால் வேறே எங்கே போறதுன்னு மலைப்பா இருக்கு, இல்லையா சுதா!"

சுதா சட்டென்று பதில் சொல்லத் தெரியாமல் பேசாமல் இருந்தாள்.

"நமக்கு எங்குமே வேர் இல்லைன்னு நினைக்கிறேன் சுதா. அது நம்ம குற்றமா? இல்லை. நம் வீடுகளின் குற்றமான்னு எனக்குச் சிலசமயம் குழப்பமாக இருக்கு..."

தலையை வாரிக்கொண்டே சுதா சொன்னாள். "எதிலேயும் தப்பில்லை... தப்பெல்லாம் நம்ப மனசிலேதான் இருக்கு. நீ வெளிப்பார்வைக்கு என்னைவிட உல்லாசமாத் தெரியறையே தவிர, நாம ரெண்டுபேருமே வாழ்க்கையை ஒரு நெகடிவ் அப்ரோச்சோடு பார்க்கிறோம். நீ கல்யாணங்கிற பந்தமே

வேண்டாம்னு ஒளியறே. நான் அந்த பந்தம் மட்டுமில்லே, பௌதிக உணர்வுகளைக் கண்டே பயப்படறேன். நம்ம இரண்டு பேரிலே யார் கெட்டிக்காரி?''

''நான்தான், சந்தேகமென்ன'' என்று சிரித்தாள் லீனா. ''நான் வாழ்க்கையை அனுபவிக்கவும் அனுபவிக்கிறேன், மாட்டிக்கவும் போவதில்லை...''

சுதா சிரிக்காமலே சொன்னாள்,

''இதில் உனக்கு எத்தனை நாளைக்கு நிம்மதி இருக்கப்போறது லீனா? இப்பத்தான் சொன்னே, நமக்கு வேரில்லைன்னு... மறுபக்கம் வேரையே அறுக்கணும்ங்கறே?''

''என்னை மாதிரி ஒரு குடும்பத்திலே நீ வளர்ந்திருந்தா என் மனசிலே ஏன் அப்படி எண்ணங்கள் ஸ்திரமா போயிட்டதுன்னு உனக்குப் புரியும்...''

''எனக்குப் புரியாமலில்லை. என்னைப் பத்தியே நான் இப்பத்தான் யோசனை பண்ண ஆரம்பிச்சிருக்கேன்.''

லீனா பதில் சொல்லாமல் தான் தயாராவதில் ஈடுபட்டாள்

சுதா கேட்டாள். ''இந்தச் சங்கரனைப் பார்த்தியா? அவனுக்கும் அவன் பெண்டாட்டிக்கும் எந்தவிதத்திலே பொருத்தம்? எண்ணங்களிலே, பாஷையிலே, மதத்திலே எல்லாத்திலேயும் எத்தனை வித்தியாசம் இரண்டு பேருக்கும்? இருந்தாலும் ஒரு நாளாவது ரெண்டுபேரும் சண்டை போட்டுப் பார்த்திருக்கியா? நீ சொல்றியே மிஸஸ் குஹா படித்தவளில்லை, அதனாலே ரெண்டுபேருக்கும் பொருத்தமில்லைன்னு. அவர்கள் ரெண்டுபேரும் சந்தோஷமா இல்லைன்னு உனக்கு எப்படித் தெரியும்? எல்லாத்துக்குமே ஒரு மனப்பக்குவம்தான் தேவை. அது இல்லாததால்தான் நம்ம இரண்டு குடும்பங்களிலேயும் விரிசல் விழுந்திருக்கு...''

''அதனாலேதான் நான் கலியாணங்கறதே வேண்டாம் என்கிறேன்'' என்றாள் லீனா.

"அது நெகடிவ் அப்ரோச் லீனா. நான் கொஞ்ச நாளா உன்னையும் என்னையும் பத்தி ஒரு மூணாம் மனுஷி மாதிரி ஸ்டடி பண்ணிக் கொண்டிருக்கேன். முன்னே தெளிவா இல்லாத விஷயம் இப்ப கொஞ்சம் புரியற மாதிரி இருக்கு. நீ சொல்ற மாதிரி கல்யாணமில்லாம வாழ்க்கையைக் கழித்துவிட முடியும். ஆனால் அதில் ஓர் அர்த்தமிருக்காது. முழுமை இருக்காது. உனக்கே அது புரியும், போகப் போக. நமக்காக மட்டும் நாம வாழறது நம்மையே நாம அழிச்சுக்கற மாதிரி... தாம்பத்யம் என்கிறது ஓர் அனுபவம்... கல்யாணம் என்கிற பந்தம்தான் அதற்கு ஓர் ஆழத்தைக் கொடுக்கிறது. ஓர் ஒழுக்கத்துக்காக இந்த 'ஏற்பாடு' ஏற்பட்டது... இந்த ஏற்பாடு இல்லாமல், ஓர் ஆணும் பெண்ணும் சேர்த்து வாழ்ந்தா அவர்களிடையே இருக்கும் உறவுக்கு என்ன பலம் இருக்கும்? வரம்பை மீறவும் முறிக்கவும் கேள்வி முறையே இல்லையில்லையா? அந்த உணர்வே அந்த உறவில் ஒரு நிரந்தரமின்மையைக் காட்டுகிறது இல்லையா?"

லீனா வாயே திறக்காமல் இருந்தது சுதாவுக்கு ஆச்சரியமாக இருந்தது.

தனது லெக்சரைக் கேட்கும் 'மூட்'டில் அவள் இன்று இருக்கிறாள் என்று தோன்றிற்று.

"நம்ம புறவாழ்விலே சமூகத்தோட நலனுக்காக ஏற்பட்டிருக்கும் சட்டங்களை மதித்து வாழல்லையா? அது மாதிரி நம்ம அகவாழ்க்கைக்காகச் சில ஒழுக்கத்தை ஃபால்லோ பண்ணினாத்தான் நமக்கும் நிம்மதி, ஸொஸைட்டிக்கும் நிம்மதி. மனசை டிஸிப்ளின் பண்ணுவதிலேதான் எல்லாமே இருக்கு. அந்த டிஸிப்ளின் எங்கம்மாவுக்கும் அப்பாவுக்கும் இருக்கலைன்னுதான் எனக்குத் தோன்றுகிறது. நியாயமான காரணங்கள் இருந்தால் ஒழிய விவாகரத்து ஏற்படாமல் அட்ஜஸ்ட் செய்து கொள்ளணும் என்று எனக்குப் படறது..."

“அந்தக் காரணங்கள் நியாயமானவையா இல்லையான்னு நீ எப்படி கணிப்பாய்?” என்று கேட்ட லீனாவைச் சட்டென்று நிமிர்ந்து பார்த்தாள் சுதா.

“நீ சொல்வதும் வாஸ்தவம்தான்” என்றால் நிதானமாக,

“ஆனால் எதற்கும் ஒரு தராதரம் என்று ஒன்று இல்லையா? மனசு சிலசமயம் பொங்கத்தான் செய்யும். எதிர்க்கத்தான் செய்யும், துள்ளத்தான் பார்க்கும்... அப்பப்ப அதை அடக்கிப் பக்குவப்படுத்தாவிட்டால் முணுக்கென்றால் டைவோர்ஸ் நம்ம நாட்டிலேயும் வரும்... அதுக்கு உன் வாழ்க்கைமுறையே தேவலை என்றாகிவிடும்...”

லீனா ஏதோ தீவிர யோசனையில் இருக்கிற மாதிரி இருந்தது.

சுதா மென்மையாகச் சொன்னாள்.

“நான் சொல்கிறேன் என்று தப்பாக நினைக்காதே. இப்பவும் நீ கல்யாணமான குஹாவைக் காதலிக்கிறேன்னு சொல்றதிலே அர்த்தமிருப்பதா எனக்குத் தெரியல்லே. அதெல்லாம் ஓர் உணர்வுதான். அந்த உணர்வின் பலம் நீ அதுக்குப் போடும் உரத்தைப் பொருத்திருக்கு. இன்னொருத்தர் சொத்தை அபகரிக்கக் கூடாதுன்னு பொதுவா நாம ஒரு நியதியைக் கடைப்பிடிக்கிறோம். கௌத்தம் இன்னொருத்திக்குச் சொந்தமானவர். நீ வேணுமானால் எந்தவித பந்தத்தையும் எதிர்பார்க்கல்லைன்னு சொல்லலாம்... ஆனால் உன்னுடைய நெருக்கத்திலே அவர் மனசில் ஏதாவது தடுமாற்றம் புகுந்துவிட்டால் அவர் மனைவியின் மனநிலையை யோசித்துப் பார்த்தியா?”

சுதா அப்பொழுதுதான் கவனித்தாள். லீனா மௌனமாகக் கண்ணீர் விட்டுக் கொண்டிருப்பதை.

அவள் பதறிப் போனவள் மாதிரி லீனாவின் தோளைப் பற்றினாள்.

"லீனா ஐ ஆம் ஸோ ஸாரி, என் மனசிலேயே எத்தனையோ குழப்பங்கள், சந்தேகங்கள். அப்படியிருக்க உனக்கு உபதேசம் செய்ய எனக்கு அதிகாரமேயில்லை, ஸாரி லீனா."

லீனா கண்ணைத் துடைத்தபடி சட்டென்று எழுந்தாள்.

"சந்தேகங்கள் தோன்றினால்தான் மனசுக்கு சிந்தனைத் திறனும் வரும். நீ சொல்வதும் சிலது நியாயமாகத்தான் படுகிறது. ஆனா நீ பயப்படுகிற மாதிரி எதுவும் நடந்துவிடப் போவதில்லை. குஹா பரீட்சை முடியும்வரைதான் இங்கே இருக்கப் போகிறார். பனாரஸ் ஹிந்து யூனிவர்ஸிடியில் அவருக்கு வேலை கிடைத்திருக்கு. இந்த மாசக் கடைசியில் போய் விடுவார்."

சுதா திடுக்கிட்டு அவளை நிமிர்ந்து பார்த்தாள். லீனா அவளைப் பார்த்துச் சிரித்தாள். "நீ சொன்னாயே, அதெல்லாம் ஓர் உணர்வு என்று... அந்த உணர்வுக்கு லகான் போட 'ட்ரை' பண்ணுகிறேன் இனிமேல்..."

✯ ✯ ✯

அத்தியாயம் 18

நவம்பர் மாதக் குளிர் 'வெட வெட' என்று நடுங்கினாலும், யூனிவர்ஸிடியில் அதிக சுறுசுறுப்பாக இருந்தது. ஆசிரியர்கள் பரபரவென்று அலைந்து கொண்டிருந்தார்கள். சென்ற மாதத்தைவிட பலமடங்கு குளிராக இருந்தாலும் நடராஜன்கூட அதை அதிகம் பொருட்படுத்தாதவன் மாதிரி வேலையில் மூழ்கிப்போனான்.

பரீட்சைகள் ஆரம்பித்துவிட்டன. லீனாவும், சுதாவும் பரபரவென்று காலேஜுக்குச் செல்கையில், செயின்ட் எட் மான்ட்ஸ் பையன்கள்கூட நடந்தபடியே பாடங்களைப் பற்றிப் பேசுவதையும் நடுநடுவே புத்தகங்களைப் புரட்டிப் பார்த்துக்கொண்டு நடப்பதையும் பார்த்துச் சிரித்துக் கொள்வார்கள். லொரெட்டோ பெண்களோ அரைமணி முன்னாடியே ஸ்கூலுக்கு வந்து நடுக்கும் காற்றுக்காக தலையில் ஒரு ஸ்கார்ப்பைக் கட்டியபடி மரத்தடியில் உட்கார்ந்துக்கொண்டு படித்துக் கொண்டிருப்பார்கள்.

காலேஜ் மாணவ மாணவியர், தாம் அதிகம் லட்சியம் செய்யாதவர்கள் மாதிரி நடந்து கொண்டார்கள். அதுவும் அந்த மீஸோ மாணவர்கள் அலட்டிக் கொண்டதாகவே தெரியவில்லை. வழக்கம்போல் நான்கு அங்குல ஷூவும் குடை பாவாடை மாதிரி விரித்த பெல்பாட்ஸும் சிகரெட்டும்... குறைந்த மார்க் வாங்கி பாஸ் மட்டும் செய்துவிட்டால், பழங்குடி

மக்கள் என்கிற சலுகையில் அரசாங்க வேலை அவர்களுக்குச் சுலபமாகக் கிடைத்துவிடும் என்கிற அலட்சியமே பாதி அதற்குக் காரணமோ என்று சுதாவுக்குத் தோன்றிற்று. இட் இஸ் எ விஷஷ் சர்க்கிள்...

இத்தனை அலுவலிலும் பிரபாகரோடு ஒரு அரைமணி தினமும் நடந்துவிட்டு வர அவள் ஒதுக்கிக் கொண்டாள். யூனிவர்ஸிடி முழுவதிலுமே அவர்களைப் பற்றி ஒரு தெரிந்த ரகஸியமாய்ப் போனாலும் யாரும் வம்பளக்காமல் நேரிடையாகவே கிண்டல் செய்து வேடிக்கை பார்ப்பது இதமாக இருந்தது. டைரக்டர்கூட ஒரு நாளைக்கு அவர்களைக் கிண்டல் செய்தார், "உங்களது மயக்கத்தில் பரீட்சைத் தாள்களில் மார்க்கைத் தலைகீழாகப் போடாதீர்கள்!" என்று.

மீஸோ மாணவர்கள் தங்கள் பங்குக்கு அவளை விடவில்லை. "மாடம்! உங்களது பேப்பர்ஸைப் பற்றி நாங்கள் கவலைப்படப் போவதில்லை, உங்களுக்கிருக்கும் நல்ல மூடில் நாங்கள் நிச்சயம் பாஸ் செய்து விடுவோம்" என்றார்கள்.

"அவ்வளவு நிச்சயமாய் இருக்காதீர்கள். பேப்பர்ஸ்களைத் திருத்தும்போது தனியாகத்தான் அமர்ந்து திருத்துவேன்" என்று சிரித்தாள் அவள்.

***

அவளும் பிரபாகரும் ஒரு நாளைக்குச் சேர்ந்து நடந்து கொண்டிருந்தபோது நடுவில் நடராஜன் வந்து சேர்ந்து கொண்டது அவளுக்கு நினைவுக்கு வந்தது.

ஏதேதோ பேசிக் கொண்டிருக்கையில் "நீங்கள் ஒரு நாளைக்கு வாருங்களேன் என் சமையலைச் சாப்பிட! பிரபாகர்கூட சாப்பிட்டு ரஸித்திருக்கிறார்" என்றான் நடராஜன்.

சாப்பாட்டு ஞாபகம்தான் அவனுக்கு எப்போதும் என்று அவளுக்குத் தோன்றிற்று.

நேரிடையாகப் பதில் சொல்லாமல், ''முன்பே சமைக்கத் தெரியுமா உங்களுக்கு?'' என்றாள்.

''இல்லை, இங்கு வந்துதான் மீனாட்சி அம்மாளின் ட்யூஷன்'' என்றான்.

ஒரு கணம் அவள் விழித்தாள். பிறகு புரிந்துக்கொண்டு கலகலவென்று சிரித்தாள்.

திடீரென்று அவன் சம்பந்தமில்லாமல் சொன்னான்.

''இப்படிச் சிரிக்கும்போது நீங்கள் அச்சு உங்கம்மா மாதிரியே இருக்கிறீர்கள்'' என்றான்.

அவள் திடுக்கிட்டுப் போனாள். கொஞ்சம் கொஞ்சமாக விரிய ஆரம்பித்திருந்த மனசு மறுபடியும் சுருங்கிக் கொள்கிற மாதிரி இருந்தது. முகம் வெளிறிக் கைகள் வியர்த்தது. பிரபாகரின் முகம் மாறுவது தெரிந்தது.

அவள் வெறும் ஒரு கேள்விக்குறியுடன் நடராஜனைப் பார்த்தாள்.

நடராஜன் எதையும் கவனித்ததாகத் தெரியவில்லை.

''முன்பு நீங்கள் மதராஸில்தானே இருந்தீர்கள், அதாவது உங்கம்மாவின் டைவோர்ஸுக்கு முன்பு? உங்கம்மாவின் வக்கீலே எங்கப்பாதான். அப்ப எங்கப்பாவின் ஆபீஸிலே பார்த்திருக்கேன் உங்கம்மாவை. உங்களைப் பார்த்ததுமே அன்னைக்குச் சொல்லலை, முகம் எங்கோ பார்த்த மாதிரி இருக்குன்னு? அப்புறம் நினைவுக்கு வந்தது...''

அவன் பேசிக்கொண்டே போனான் அவள் பேசாமல் நடந்தாள். ஒரு வக்கீலின் ஆபீஸில் உட்கார்ந்து தனது விவாகரத்து விஷயமாகப் பேசுகையில் தன்னுடைய அம்மா எப்படி கலகலவென்று சிரித்திருக்க முடியும் என்று யோசித்தாள். பிரபாகரும் இதே மாதிரி நினைக்க மாட்டானா? மறுகணமே அவள் தன்னைச் சமாதானப்படுத்திக் கொண்டாள்.

இந்த நடராஜன் அசடு என்று பிரபாகருக்குத் தெரியும்... இந்த மாதிரி அசடுகள் விஷமத்தனமாகப் பேசுகிறோம் என்கிற உணர்வே இல்லாமல் பேசுவார்கள்...

திடீரென்று அங்கு ஒரு கனமான திரை விழுந்துவிட்டதை நடராஜனே உணர்ந்திருக்க வேண்டும்.

"நான் வரட்டுமா? குணாவை மீட் பண்ண வரதாச் சொல்லியிருந்தேன்" என்றபடி நகர்ந்தான்.

'மடையன், சரியான மடையன்!' என்று முணுமுணுத்தபடி பிரபாகர் அவளது கையைத் தன் கையில் கோர்த்துக் கொண்டான். "அவன்தான் ஏதோ உளறுகிறான் என்றால் நீ அதைவிட மோசம். அதற்குள்ளே உன் முகமே மாறிப்போய் விட்டது... கையெல்லாம் வேர்த்துவிட்டது. அவன் என்ன அப்படிச் சொல்லிவிட்டான்? நீ ஏன் இப்படி ஆகி விடுகிறாய்? நீ எப்போ சரியாவாய்? உன் அம்மாவைப் பற்றி உனக்கே தெரியாதபோது அவனுக்கென்ன தெரியும்?" அவள் அவனது சரமாரியான கேள்வியில் திக்குமுக்காடிப் போனாள்.

"எனக்கே புரியவில்லை பிரபாகர்! எவ்வளவோ மனசு மாறிவிட்டது என்றுதான் நானும் நினைக்கிறேன். ஆனால் நான் முழுவதும் நார்மல் ஆகவில்லை என்று எனக்குப் புரிகிறது. அதனால்தான் எனக்கு இப்பவும் பயமாயிருக்கிறது பிரபாகர்! உங்களுக்கு மனைவியாக நார்மலாக இருக்க முடியாது... என்னுடைய இந்தக் கோளாறை நீங்கள் எவ்வளவு நாள் பொறுமையோடு பொறுத்துக் கொள்வீர்கள்?"

அவன் அவளது இடையைப் பற்றித் தன்னோடு இணைத்தபடி நடந்தான். "நீ நார்மலாகச் சீக்கிரம் ஆகிவிடுவாய். உன்னுடைய இழப்புகளைப் பற்றியே நினைத்துக் கொண்டிராமல் மற்றவர்களுக்கு உன்னால் என்ன இழப்புகள் ஏற்பட்டிருக்கிறது என்று யோசித்துப் பார்த்தாயானால்... என் பொறுமையைப் பற்றி நீ கவலைப்பட வேண்டாம். நான் இந்த மாதிரி கேள்விகளெல்லாம் கேட்டால் உன் மனத்திலிருக்கும்

சந்தேகங்கள் விலகும் என்கிற எண்ணத்தில்தான் கேட்கிறேன், அவ்வளவுதான்...''

★★★

இது நடந்து எவ்வளவோ நாட்களாகி விட்டன. நடராஜன் அவள் வழிக்கே வருவதில்லை. இப்போது பரீட்சை மும்முரம் வேறு. இதற்கிடையே அவள் முதல்முறையாகத் தன் அம்மாவைப் பற்றிச் சிந்திக்க ஆரம்பித்தாள். அம்மாவைப் புரிந்துக்கொள்ள அவள் என்றுமே முயன்றதில்லை என்று தெரிந்தது. எவ்வளவு முறை அம்மா கண்களில் நீர் மல்க அவளெதிரில் நின்றிருக்கிறாள்; அவளுக்குச் சற்று வயது வந்ததும், 'என்னைப் புரிந்துக்கொள்' என்று கெஞ்சியிருக்கிறாள்! அம்மா தன்னிடம் எவ்வளவு நெருங்க வந்தும் தான் விலகி ஒட்டாமலே இருந்ததை நினைத்தபோது அம்மாவின் மனம் எத்தனை புண்பட்டிருக்கும் என்று முதன்முறையாக அவளுக்குத் தோன்றிற்று. அம்மாவின் சின்னச் சின்ன பேச்சுக்கும் கேள்விக்கும்தான் எப்பவுமே விட்டேற்றியான எரிச்சல் மிகுந்த பதிலே சொல்லிருப்பது அவளது ஞாபகத்திற்கு வந்தது.

அந்த கிருஷ்ணன், அம்மாவையே 'அம்மா' என்று கூப்பிடாதபோது இரண்டாவது அப்பாவை எப்படி 'அப்பா' என்று அழைப்பது? அவர்கூட அன்போடுதான் இருந்தார். சொந்த மகளை மாதிரிதான் நடத்த முயன்றார். அவள் கண்ணுக்கு அப்பொழுது எதுவுமே தெரியவில்லை. பிரபாகர் அன்று சொன்ன மாதிரி அம்மாவை ஒரு மூன்றாம் மனுஷியாகப் பாவித்து அவள் செய்கைகளை ஆராய்ந்திருந்தால் ஒருவேளை தன் மனத்தில் இத்தகைய வெறுப்பும் சந்தேகங்களும் படர்ந்திருக்காது. அம்மாவின் செய்கையை இப்பவும் மனசு ஒப்பவில்லை. இருந்தும் தான் கொஞ்சம் அனுசரித்துப் போயிருந்தால் வாழ்க்கையே வேறுவிதமாகப் போயிருக்கும் என்று தோன்றிற்று.

அவள் இதுவரை அம்மாவுக்கு ஒரு கடிதம்கூட எழுதவில்லை என்கிற ஞாபகம் வந்தது. இங்கு வந்து சேர்ந்தவுடன் கிருஷ்ணனுக்கு ஒரு கார்ட் போட்டதோடு சரி. அதற்குப் பிறகு அம்மாவிடமிருந்து கடிதங்கள் நான்கைந்து வந்தன. அவற்றைப் படிக்காமலேயே கிழித்துப் போட்டிருக்கிறாள்.

தன்னைவிட மோசமாக எந்தப் பெண்ணும் இருக்கமாட்டாள் என்று அவளுக்குத் தோன்றியது. விரைவில் அம்மாவுக்கு ஒரு சின்னக் கடிதமாவது எழுத வேண்டும் என்று நினைத்துக் கொண்டாள்.

மத்தியானம் வேலை முடிந்து அவள் விடுதிக்குச் செல்லும்போது தூரத்தில் குஹாவுடன் சிரித்தபடி பரவசத்தோடு லீனா போவது தெரிந்தது. நிஜமாகவே லீனா குஹாவை நேசிப்பதாக அவளுக்குத் தோன்றிற்று. எதிர்பார்ப்புகளில்லாமல், தனது காதல் நிறைவேறாது என்று தெரிந்ததும், அந்த ஒரு அனுபவமே போதும் என்று, திருப்தியடையும் லீனாவை நினைத்து அவளுக்குப் பரிதாபமாக இருந்தது. அவளது நிச்சலனமான மனத்தைக் கண்டு ஓர் அட்மிரேஷனும் தோன்றிற்று.

அவள் ஹாஸ்டலை அடைந்தபோது அவளுக்காக ஒரு கடிதம் காத்திருந்தது.

அவளுடைய அம்மாவிடமிருந்து வந்திருந்தது.

✲ ✲ ✲

அத்தியாயம் 19

பலவிதமான உணர்ச்சிகள் மனத்தில் கொந்தளிக்க சுதா கடிதத்தைக் கையில் எடுத்துக்கொண்டு அறைக்குள் சென்று தாழ்போட்டுக் கொண்டாள்.

லீனா இப்போதைக்கு வரமாட்டாள் என்கிற தீர்மானத்தோடு அவள் உடையைக்கூட மாற்றாமல் கட்டிலில் சாய்ந்தபடியே கடிதத்தைப் பிரித்தாள். அம்மாவிடமிருந்து கடிதம் வந்து எவ்வளவோ நாளாகி விட்டிருந்தது. அதற்குமுன் வந்த எந்தக் கடிதத்தையும் அவள் படிக்காததால் எந்த விதத்திலும் அந்த இடைவெளி அவளைப் பாதிக்கவில்லை.

ஆனால் முதல் முறையாக அம்மாவின் கடிதத்தை அவள் இன்று படிக்க நினைக்கும்போது மனசு படபடக்கிறது. யாருக்கோ வந்த கடிதத்தைப் படிக்க முயல்வது போல்...

எழுத்துக்கள் தடுமாற்றத்துடன் தயக்கத்துடன் எழுதப்பட்டிருந்தன. சம்பிரதாயத் துவக்கத்துடன் மேலே நீண்டது கடிதம்,

★★★

"நான் உனக்கு எழுதி இரண்டு மாதங்களாகி விட்டன. அதைக்கூட நீ கவனித்தாயோ என்னவோ! நீ பதில் எழுதாவிட்டாலும் நான் எத்தனை வருஷமாய்ப்

பொறுமையாய் உனக்கு எழுதி வருகிறேன். எவ்வளவு முறை தட்டினால் உன் இதயக் கதவு திறக்கும் என்று எதிர்பார்க்கிறவள் மாதிரி."

நான் போன கடிதத்திலேயே எழுதியிருந்தேன். என் உடல் நிலை சற்று சரியாய் இல்லை என்று. அதற்குப் பிறகு கொஞ்சம் படுத்த படுக்கையாகவே போய்விட்டேன், இப்பொழுது சற்றுத் தேவலை. எழுந்து நடமாடுகிறேன். டாக்டர்கள் உடலின் வியாதிக்கு என்னென்னவோ பெயர் சொல்லுகிறார்கள். அதைப் பற்றியெல்லாம் நான் யோசனை செய்வதேயில்லை. உடலின் உபாதைகள் சில தீர முடியாதவை. அதன் ஆரம்பமும் முடிவும் நமக்கு அப்பாற்பட்ட சக்திக்குத்தான் தெரியும். நான் கவலைப்படுவதெல்லாம் மனத்தின் உபாதைகளைப்பற்றி. நாமே ஆரம்பித்துக்கொள்ளும் உபாதைகளில் சிக்கிக்கொண்டு, அதற்குத் தீர்வைக் காணப் பொறுமையில்லாமல் போகிறோமே அதைப்பற்றித்தான் எனக்குக் கவலை.

நான் எதைப் பற்றிக் கவலைப்படுகிறேன் என்று உனக்குத் தெரியும். என்றைக்கோ நான் எடுத்த அந்தத் துணிச்சலான முடிவு உன்னை இப்படி ஆக்கிவிடும் என்று அன்று எனக்குக் கொஞ்சமாவது சந்தேகம் வந்திருந்தாலும் நான் சத்தியமாக அந்த முடிவை எடுத்திருக்க மாட்டேன்.

என்னுடைய துரதிர்ஷ்டம் அந்த சம்பவத்திற்குப் பிறகு உன் இதயமே மூடிக்கொண்டுவிட்டது. உனக்கிருந்த அதிர்ச்சியில் நிஜங்கள், போலிகள் உன் கண்ணுக்குத் தெரியவில்லை.

வாஸ்தவத்தில் சுதா, உனக்கு என்னைப் பற்றியும் தெரியாது; உன் அப்பாவைப் பற்றியும் தெரியாது. கிருஷ்ணனைப் பற்றியும் தெரியாது. நீ தெரிந்து

கொள்ள முயன்றிருந்தால் நம் உலகமே வேறு மாதிரி இருக்கும்.

நீ நவயுகத்தைச் சேர்ந்தவள். உன்னைப்போன்ற இளம் வயதினர்கள் இந்த மாதிரி மனத்தை மூடிக்கொண்டு வெறுப்பை வளர்த்தீர்களானால், நீங்கள் உருவாக்கும் சமுதாயம் மூச்சுத் திணறிப் போய்விடாதா?

உனக்கு இன்னும் பத்து நாட்களில் காலேஜ் மூடி லீவு ஆரம்பித்துவிடும் என்று எனக்குத் தெரியும். உன்னைக் கெஞ்சிக் கேட்டுக் கொள்கிறேன். நீ விடுமுறையைக் கழிக்க வேறு எங்கும் போய்விடாதே. நேரே இங்கே வா. உன்னைப் பார்க்க வேண்டும்போல் இருக்கிறது. உன்னைப் பெண்ணாக நினைக்காமல் தோழியாய் வைத்து என்னுடைய உள்ளக் குமுறல்களைக் கொட்ட வேண்டும் போல் இருக்கிறது.

ஏனென்றால் இன்னும் அதிக நாள் உன்னை வாட்டிக் கொண்டிருக்க மாட்டேன் நான். எனக்கு வந்திருப்பது கான்ஸர். அதற்கு முன் உன் மனத்தில் வளர்ந்திருக்கும் புற்றுநோயை நான் அகற்ற வேண்டும். அதைத் தவிர எனக்கு ஒரு கடைசி ஆசை. உன் வாயால் என்னை மறுபடியும் 'அம்மா' என்று கூப்பிட வேண்டும், வருவாயா?

அநேக ஆசியுடன்,
அம்மா."

கடிதத்தைப் படித்து முடிக்கையில் சுதா கன்னமெல்லாம் நனைந்திருப்பதைக் கண்டு திடுக்கிட்டாள். அணை உடைந்துப்போன மாதிரி கண்களிலிருந்து நீர் வழிந்து கொண்டிருந்தது. எதனால் என்றே தெரியாமல், கடிதத்தைத் திரும்பத் திரும்பப் படிக்க வேண்டும்போல் இருந்தது. கடிதத்தில் உணர்ச்சிகளைக் கொட்டியிருக்கும் அம்மா அவளுக்குப்

புதியவள். இருதயமில்லாத, சுயநலமிக்க உருவமாக அவளது மனத்தில் இருந்த அம்மாவுக்கும், இந்த அம்மாவுக்கும் நிறைய வித்தியாசமிருந்தது. தீர்க்க முடியாத வியாதியோடு போராடிக்கொண்டு அதைவிடக் கொடிய சுமையை மனத்தில் தாங்கிக்கொண்டு பெற்ற பெண்ணையே பார்த்து என்னை 'அம்மா என்று கூப்பிடு' என்று மன்றாடும் அம்மா...

அவள் தலையணையில் முகத்தைப் புதைத்துக்கொண்டு விசித்து விசித்து அழுதாள்.

அன்று மிஸ்டர் போஸ் சொன்னது ஞாபகம் வந்தது!

"மனத்தைத் திறந்தவெளியாக வைத்திருக்க வேண்டும். வெறுப்போ, சந்தேகமோ, ப்ரெஜுடிஸ்ஸோ அதில் நுழைந்துவிட்டால் அது மனித இதயமில்லை. சைத்தானின இருப்பிடம்..."

அதன் தாத்பர்யம் இப்பொழுதுதான் புரிகிறது மாதிரி இருந்தது. தான் இத்தனை நாள் மனுஷியாகவேயிருக்கவில்லை என்று புரிந்தது. நேற்று பிரபாகர், 'உன்னுடைய இழப்புக்களைப் பற்றியே நினைக்காதே. உன்னால் மற்றவர்களுக்கு நேர்ந்த இழப்புக்களை யோசித்துப் பார்' என்று சொன்னபோது, கென்னடியின் 'இனாகுரல் ஸ்பீச்' மாதிரி இருந்தது. அவளுக்கு இன்றுதான் அதன் ஆழமும், அழுத்தமும் புரிந்தது. அம்மா செய்தது சரியோ தப்போ, அவளை வெறுக்கவோ, ஒதுக்கவோ தனக்கு ஏதும் அதிகாரமில்லை என்று தோன்றிற்று.

கடிதத்தை மூடிவைத்த பிறகும் வாசகங்கள் மனத்தில் சுழன்ற வண்ணம் இருந்தன.

'வாஸ்தவத்தில் சுதா, உனக்கு என்னைப் பற்றியும் தெரியாது; உங்கப்பாவைப் பற்றியும் தெரியாது...'

அன்று லீனாவுக்குத் தன்னைப் பற்றிய விவரமெல்லாம் சொன்னபோது, வெகுநேரம் யோசனையில் ஆழ்ந்திருந்த லீனா கேட்டாள்.

'உன் சொந்த அப்பா பிறகு கல்யாணம் பண்ணிண்டாரா?'

'ஆமாம்.'

'உன்னைத் தன்னோடு வைத்துக்கொள்வேன் என்று அவர் சொல்லவில்லையா?'

'இல்லை.'

'சட்டப்படி அவருக்கு உரிமை இருந்தும்...?'

'ஊஹூம்' என்று தலையாட்டினாள் சுதா. 'அம்மாதான் தன்னுடன் நான் இருக்கணும் என்று பிடிவாதமாக இருந்தாள்.'

'அப்படியும் உனக்கு அப்பாவின் மேல் கோபம் வரவில்லை. அம்மா மேல்தான் வெறுப்பு... இதற்கு அடிப்படைக் காரணம் என்ன தெரியுமா? அவர் சொஸைட்டி எக்ஸ்பெக்ட்ஸ் ஆல் வர்ச்சுஸ் ஒன்லி ஃபிரம் விமன்...! அவள் சற்று ஏறுமாறாகப் போனால் காரண காரியங்களை ஆராயப் பெரிய மனசு யாருக்கும் இல்லை...'

அவள் வார்த்தையில் எத்தனை கசப்பும் உண்மையும் இருந்தது என்று சுதாவுக்கு இப்பொழுது புரிந்தது.

அப்பாவைப் பற்றி மட்டும் தப்பாக அவள் நினைக்காதது ஏன்? அவரிடமிருந்து அவள் எதனால் எதையும் எதிர்பார்க்கவில்லை...? அதற்கெல்லாம் அடிப்படைக் காரணம் லீனா சொன்ன காரணமாகத்தான் இருக்க வேண்டும். இளைய தலைமுறையைச் சேர்ந்த தான், இந்த மாதிரி ஒரு மனப்பான்மையை வளர்த்து வைத்திருந்ததை நினைத்து அவளுக்கு வெட்கமாக இருந்தது. அம்மாவின் கடைசி காலத்தில் தான் தனக்கு இந்த மாதிரி ஒரு சிந்தனைத் திறன் வர வேண்டுமா? இல்லை. அம்மாவுக்கு இத்தனை இளம் வயதில் ஒரு தீராத வியாதி வர வேண்டுமா? அவள் சட்டென்று நாட்களை எண்ணிப் பார்த்துக் கொண்டாள் மனத்தில். இன்னும் ஐந்து நாட்கள்தான் இருந்தன, நல்லவேளை காலேஜ்

மூட. காலேஜ் மூடிய அன்றே கிளம்பி கௌஹாட்டியிலிருந்து நேரே விமானத்தில் போவது என்று தீர்மானித்துக்கொண்டாள்.

அதற்குள் அம்மாவுக்கு ஒன்றும் நேர்ந்துவிடாது என்று தன்னைத்தானே சமாதானப்படுத்திக் கொண்டாள் அவள். இந்தத் தடவை இத்தனை வருஷங்களாகக் காட்டாத அன்பை அம்மாவின்மேல் காட்ட வேண்டும். என் மனசு பாறையில்லை, அதிலும் நீரூற்று உண்டு என்று காண்பிக்க வேண்டும்... அவளை 'அம்மா'வென்று வாய் மணக்க அவள் உள்ளம் மலரத் திரும்பத் திரும்ப சொல்ல வேண்டும்... 'உன்னைப் புரிந்து கொண்டேன்; உன்மேல் எனக்கு எந்தவிதமான வெறுப்பும் இல்லை அம்மா' என்று அவளது முகத்தை வருட வேண்டும்... நேசமென்றால் என்னவென்று எனக்கும் தெரியும் நானும் ஒருவரை நேசிக்கிறேன். உள்ளத்தால், உடலால் என்று அவளுக்குத் தெரிவிக்க வேண்டும். 'இரண்டு உள்ளங்கள் சங்கமிக்கும்போது அது பூரணத்துவம் பெற இருவரிடையே ஏற்படும் உடல் வேட்கை இயற்கையே ஏற்படுத்தியிருக்கும் நியதி என்று புரிய ஆரம்பித்திருக்கிறது... என்று சொல்ல வேண்டும்... சமூகத்தின் விதிகளிலிருந்து நீ விலகினதால் அதே உணர்வு மிருக இச்சை ஆகிவிடாது என்று புரிய ஆரம்பித்திருக்கிறது அம்மா...!'

கதவை யாரோ 'டொக் டொக்' என்று தட்டுவது கேட்டது. அவள் சட்டென்று கண்களைத் துடைத்தபடி எழுந்தாள். கதவைத் திறந்தபோது வெளியில் சௌகிதார் நின்றிருந்தான்.

"உங்களுக்குத் தந்தி வந்திருக்கிறது மேம்ஸாஹப்!" என்றான்.

அவள் தூக்கிவாரிப் போட்டவளாய் அப்பொழுதுதான் கவனித்தாள் தந்தி சேவகன் நிற்பதை. அவள் கையெழுத்திட்டு தந்தியை வாங்கிப் பிரிப்பதற்குள் கையும் காலும் வெடவெடவென்று நடுங்க ஆரம்பித்தது.

✲ ✲ ✲

அத்தியாயம் 20

டாக்ஸியின் கதவைச் சாத்தினான் பிரபாகர், தன் கண்களில் ததும்பிய நீரை மறைத்தபடி சுதா மறுபுறம் திரும்பினாள். டாக்ஸியின் வெளியே நின்றபடி அவன் சமாதானமாக அவளது கைமேல் தன் கையை வைத்தான்.

"தைரியமாய் இரு சுதா, இரண்டு மாதங்களுக்கு முன் நான் பார்க்கிறபோது வெளிப்பார்வைக்கு நன்றாகத்தான் இருந்தார். உள்ளுக்குள் இது இருந்ததே தெரியவில்லை. நீ போவதற்குள் ஏதும் விபரீதமாக நடந்துவிடாது சுதா. நம்பிக்கையைத் தளர விடாதே!"

அவள் நம்பிக்கையில்லாதவள் மாதிரி அவனைப் பார்த்தாள்; "எனக்கு அந்த அதிர்ஷ்டம் இருக்குமா என்று தெரியவில்லை பிரபாகர். அம்மாவை நான் பார்க்க முடியாமல் போய்விட்டால் என்னையே நான் மன்னித்துக் கொள்ள முடியாது..."

பிரபாகர் ஏதும் சொல்லத் தெரியாதவன் மாதிரி அவளைப் பார்த்தான். அவளை அந்த மாதிரி, உடைந்து போனவள் மாதிரி குலுங்குவதைப் பார்க்கையில், நிஜமாகவே அவள் பயந்த மாதிரி ஏதாவது ஆகிவிட்டால் புதிய பிரச்னைகள் முளைக்கப் போகின்றன என்று அவனுக்குத் தோன்றிற்று.

இந்த மாதிரி மனநிலையில் அவளைத் தனியே அவ்வளவு தூரம் அனுப்ப வேண்டியிருந்ததை நினைத்து அவனுக்குத் தவிப்பாக இருந்தது.

"உன்னோடு நானும்கூட வர முடியவில்லையே என்று தவித்துக்கொண்டிருக்கிறேன் சுதா!"

சுதா அவனைப் பார்த்துச் சிரிக்க முயன்றாள். அவளுக்குப் புரிந்தது அவனது தவிப்பு. இருந்தும் பரீட்சைகள் நடக்கும்போது, இன்னும் மூன்றே நாட்கள் முடிவதற்கு இருந்தபோது, ஒரே டிபார்ட்மெண்ட்டைச் சேர்ந்த இருவரும் கிளம்புவது முடியாத காரியம். டைரக்டர் அவளை அனுமதித்தது தவிர்க்க முடியாத காரணத்தால்...

"எனக்குப் புரிகிறது பிரபாகர். முதல் தடவையாக ஓர் உணர்ச்சி என்னுள் படருகிறது. ஒரு தனிமை உணர்ச்சி. நீங்கள் என்னோடு வரப் போவதில்லை என்கிற காரணத்தால்... சீக்கிரம் காலேஜ் மூடிவிடும் என்கிற ஒரே சமாதானம்தான் எனக்கு. உடனே வந்து விடுவீர்கள் அல்லவா?"

"நேரே பறப்பேன்" என்றான் அவன். "டிரெயினில் வந்தால் ஐந்து நாட்கள் ஆகுமே!"

டாக்ஸி நிரம்பிவிட்டது. டிரைவர் கௌஹாத்திக்குக் கிளம்பத் தயாராகிவிட்டார்.

பிரபாகர் அவளது கையை மறுபடி அழுத்தி, "சியர் அப்" என்றான். "கன்னக்டிங் ஃப்ளைட்ஸ் எல்லாம் பார்த்து கவனமாக ஏறு. அங்கங்கே நான் இங்கிருந்து போன் மூலம் தகவல் கொடுத்திருக்கேன். உனக்குக் கஷ்டமிருக்காது..."

அவன் இப்போதே ஒரு கணவனுக்குரிய பொறுப்போடு பேசுகிற மாதிரி அவளுக்குப் பட்டது.

"என்ன சிரிக்கிறாய்?" என்றான் அவன். "எனக்கிருக்கிற கவலையைப் புரிந்துக்கொண்டு போனதும் எனக்கொரு தந்தி கொடுப்பாயா?" என்றான்.

"கண்டிப்பாக" என்று அவள் சொல்கையில் டாக்ஸி கிளம்பிற்று. அந்த அதிகாலைக் குளிரில் கவலை தோய்ந்த

முகத்தோடு அவன் அவளுக்குக் கையசைப்பதைப் பார்க்கையில் அவளுக்கு மறுபடி கண்களில் நீர் நிறைந்தது.

யாருடைய அன்புக்கும் தான் அருகதையில்லை என்று தோன்றிற்று...

நேற்று மாலை அந்தத் தந்தியைப் படித்ததும் அவளுக்குக் கையும் காலும் ஓடவில்லை.

'மதர் ஸீரியஸ், ஸ்டார்ட் இம்மீடியட்லி!' என்று கிருஷ்ணன் தந்தியடித்திருந்தார். அவளுக்குச் சட்டென்று பிரபாகரின் நினைவுதான் வந்தது. சௌகிதாரிடம் ஒரு சீட்டெழுதி அவனுக்குக் கொடுத்தனுப்பினாள். பிரபாகர் உடனே ஓடி வந்தது அவளுக்கு இதமாக இருந்தது. அவன் நேரத்தை வீணாக்கவில்லை. கௌஹாத்தி, கல்கத்தாவுக்கு போன் செய்து அவளது விமான டிக்கெட்டுக்கு ஏற்பாடு செய்தான். கல்கத்தாவில் அவளைச் சந்திக்க யாருக்கோ தெரிவித்தான். பணத்தையும் அவனே கொண்டுவந்து அவளிடம் கொடுத்தான். அவள் கைவசம் இருந்த பணம் போதாது என்று. அவளுக்கு நேற்றிருந்த அதிர்ச்சியில் அவன் தனக்காக எத்தனை உதவி செய்திருக்கிறான் என்று உறைக்கவேயில்லை. அவன் ஏதோ இயல்பான ஒரு பொறுப்பைச் செய்த மாதிரி இன்றுதான் புரிகிறது. பிரபாகர் இங்கிருக்கா விட்டால் தான் என்ன செய்திருப்போம் என்று பிரமிப்பாய் இருக்கிறது.

ஊர் போய்ச் சேருகிற வரையில் அவள் மனத்தில் ஒரே ஒரு தீவிரமான சிந்தனையும் பிரார்த்தனையுமே இருந்தது. அவள் ஊர் போய்ச் சேருவதற்குள் அம்மாவின் உயிர் போய்ச் சேர்ந்து விடக்கூடாது! பிரயாணத்தின் போது நிதானமாகச் சிந்திக்க நேரம் கிடைத்த மாதிரி இருந்தது. இத்தனை நாட்களாய்ப் பழைய ஏடுகளைப் புரட்டவே அவள் பயந்து ஓடிய அசட்டுத்தனம் புரிந்தது. மனம் தெளிவடைகிற தருணத்தில், முதல் முறையாக அங்கு அன்புச் சுனை வெடித்திருக்கும் சமயத்தில் காலம் கடந்துவிட்டது என்கிறது

விதி... ஒரே ஒரு சந்தர்ப்பம் வேண்டும். அம்மாவை அவள் காதுபட 'அம்மா' என்று அழைக்க சந்தர்ப்பம்...!

ஊர் வந்து சேர்ந்ததும் கால்கள் மட்டும் தயங்கவில்லை மனசும் தயங்கிற்றுத் தெருவில் நுழையவே.

வீடே ஒரு சோகப் போர்வை போர்த்தியபடி உட்கார்ந்திருந்தது. அவள் உள்ளே நுழைகையில் வேலைக்காரி சொன்னாள்.

"வந்து விட்டாயாம்மா... உனக்காகத்தான் அம்மாவின் உசிரு ஒட்டிக்கிட்டிருக்கு"

சுதாவுக்கு உயிர் வந்த மாதிரி இருந்தது. அம்மா அவளுக்காகக் காத்திருக்கிறாள்...

பரபரவென்று வேலைக்காரி அழைத்துக்கொண்டு சென்ற அறைக்கு அவள் விரைந்தாள். அடையாளமே தெரியாமல் அழகெல்லாம் சுருங்கிக் கண்ணை மூடிய நிலையில் அம்மா படுத்திருந்தது அவளுக்கு வயிற்றைப் பிசைந்து. எவ்வளவோ முறை மனத்துக்குள் முன்பு அம்மாவைப் பார்க்கும்போதெல்லாம், 'உன் அழகை வெறுக்கிறேன்' என்று சொல்லிக் கொண்டது நினைவுக்கு வந்தது... இப்பொழுது என்னையே வெறுத்துக் கொள்கிறேன்...

யாரோ அன்னியர் நுழைந்த மாதிரி படுக்கைப் பக்கத்தில் உட்கார்ந்திருந்த கிருஷ்ணன் எழுந்தார் அவளைக் கண்டதும். அவள் தன்னையறியாமல் அவரது கையைப் பிடித்து அமர்த்தினாள். "எப்படியிருக்கிறாள்?" என்று அவள் கேட்டதற்கு, உதட்டைப் பிதுக்கி தலையை அசைத்தார். பேசக்கூட இயலாத அளவுக்கு அவருக்கு நெஞ்சைத் துக்கம் அடைத்திருப்பது அவளுக்குப் புரிந்தது. அவர் கண்களில் பெருகிய நீரைப் பார்க்கத் தெம்பில்லாதவளாய் அவள் கட்டிலுக்குச் சென்று "அம்மா!" என்றாள் மெதுவாக.

கிருஷ்ணன் சட்டென்று எழுந்து கட்டிலண்டை வந்தார்.

"கமலா, பாரம்மா... உன் பெண் வந்திருக்கிறாள், பார் 'அம்மான்னு வாயைத்திறந்து கூப்பிடமாட்டேங்கறாளே'ன்னு துக்கப்படுவியே... இப்பப் கூப்பிடறாள் பார்'' என்று சுதா சற்றும் எதிர்பாராத வண்ணம் குலுங்கக் குலுங்க அழுதார்.

சுதா அதிர்ந்து போனவள் மாதிரி நின்றாள். அவளையறியாமல் இவர்களிருவருக்கும் அவள் கொடுத்திருந்த துக்கம் விசுவரூபமாய் எழும்பி ஒரு கலக்கு கலக்கியது.

கிருஷ்ணன் மெல்லச் சொன்னார், "நேற்று ராத்திரியிலிருந்து மயக்கமும் விழிப்புமாக இருக்கிறாள், நீ வருந்திருப்பதைத் தெரிந்து கொள்ள, நீ அம்மா என்று கூப்பிடுவதை கேட்க அவளுக்கு அதிர்ஷ்டம் இருக்கணும்'' என்றார்.

'எனக்கு அதிர்ஷ்டம் இருக்கணும்' என்று நினைத்துக் கொண்டாள் சுதா. அம்மாவின் கடிதம் நினைவுக்கு வந்தது... உன்னைப் பெண்ணாக நினைக்காமல் தோழியாய் வைத்து என்னுடைய உள்ளக் குமுறல்களைக் கொட்ட வேண்டும்போல் இருக்கிறது...' அதற்கு வழியில்லை இப்போது... அம்மா, இப்பொழுது சொல்... எனக்கு மட்டும் கேட்கிற மாதிரி... ஓடி வந்திருக்கிறேன் அம்மா...!

அவள் அந்தண்டை இந்தண்டை போகாமல் ஒரு தீவிரத்துடன் அம்மாவின் முகத்தையே பார்த்தபடி உட்கார்ந்திருந்தாள். கிருஷ்ணன் எழுந்து அறையிலிருந்த இரும்பு பீரோவைத் திறந்து என்னவோ தேடினார். முன்னைக்கிப்போது அவரும் எவ்வளவு தளர்ந்த போயிருக்கிறார் என்று சுதா நினைத்துக் கொண்டாள்.

அவர் ஒரு மூடிய வெள்ளைக் கவரைக் கொண்டு வந்து அவள் கையில் கொடுத்தார். கவரின் மேலேயே 'என் அருமைப் பெண் சுதாவுக்கு' என்று அம்மாவின் கையெழுத்து இருந்தது. அவள் கேள்விக் குறியுடன் கிருஷ்ணனைப் பார்த்தாள்.

"நீ வரும் வரையில் உசிரோட இருப்பமோ இல்லையோன்னு அவளுக்கு பயம். இருந்தாலும் பேச நினைச்சதைப் பேச

முடியாமல் போன என்ன செய்யறதுன்னு உனக்கு எழுதி வைத்திருக்கிறாள்'' என்றார்.

அதை அவள் படிக்கட்டும் தனிமையில் என்று நினைத்தவர் மாதிரி அவர் அறையை விட்டு வெளியே சென்றார். சுதா அந்த உறையைப் பிரிக்கத் தயங்கினவள் போல் திருப்பித் திருப்பிப் பார்த்தாள்.

ஏதோ ஓர் உள்ளுணர்வில் அவள் தலையை நிமிர்த்திப் பார்க்கையில் அவளுடைய அம்மா விழித்துக் கொள்வது தெரிந்தது. கடிதத்தை அப்படியே வைத்து விட்டு அவள் அம்மாவினருகில் விரைந்தாள்.

''அம்மா!''

அம்மா அவளைப் பார்ப்பது தெரித்தது. பார்ப்பது மட்டுமல்ல; அவளது வரவை உணர்ந்து கொள்வதும் தெரிந்தது. சுதாவுக்கு சித்தப்பிரமை பிடித்துவிட்ட மாதிரி இருந்தது. உணர்ச்சிப் பிரவாகத்தில் அழுகையும் சிரிப்புமாக வெடித்தது, ''அம்மா... அம்மா.. அம்மா!''

அம்மாவுக்குக் காதில் விழுந்துவிட்டது... பேச முடியாவிட்டாலும் அந்தக் கண்களின் மகிழ்ச்சியில் மென்மையும் பளபளப்பும் தெரிகிறது. சுதா திக்குமுக்காடிப் போனாள் சந்தோஷத்தில்...

தன்னையுமறியாமல், ''அப்பா! சீக்கிரம் வாருங்கள், அம்மா விழித்துக் கொண்டிருக்கிறாள்'' என்று கூவினாள்.

கிருஷ்ணன் விரைந்து வந்தார். கமலா சுதாவையே தான் பார்த்துக் கொண்டிருந்தாள். கண்களில் நீர் வழிந்த வண்ணம் இருந்தது. சுதா கண்ணீரைத் துடைத்தபடியே சொன்னாள்,

''அம்மா, நான் வந்து விட்டேன் அம்மா! உன்னைப் புரிந்து கொண்டுவிட்டேன். உன்மேல் எனக்கு ஒருவித கோபமும் இல்லை... வருத்தமுமில்லை... அம்மா, இது சத்தியம்... அம்மா...!''

அம்மாவின் கண்ணீர் நின்றுவிட்டதை அவள் கவனிக்கவில்லை. கண்ணின் ஒளி நின்று விட்டதைக் கவனிக்கவில்லை. கிருஷ்ணன், "கமலா!" என்று குலுங்கிக் குலுங்கி அழ ஆரம்பித்தபோதுதான் அவளுக்குத் தெரிந்தது, அவளுக்காகக் காத்திருந்த அம்மா கிளம்பிவிட்டாள் என்பது...

***

அம்மாவின் பயணம் முடிந்துவிட்டது. அவளது சடலத்தைத் தரிசிக்கப் பக்கத்திலிருந்த சேரி மக்கள் கூட்டமாக வந்து 'போயிட்டியா மவராசி' என்று அலறியபோது புரிந்தது, அம்மா இந்த எளிய மக்களின் இருதயத்தில் இடம் பெற்றிருப்பது. பெற்ற மகளிடமிருந்து கிடைக்காத அன்பை இந்த ஏழைகளிடமிருந்து அம்மா பெற முயன்றாளோ என்று தோன்றிற்று. அவளது முயற்சி வீண்போகவில்லை என்று இப்பொழுது தெரிகிறது. இவர்கள் அழுவதைப் பார்க்கும்போது. வற்றிய வயிறுடன் கூடிய இவர்களது கூட்டுக்குள் வற்றாத அன்புச்சுனை இருப்பது தெரிகிறது.

அம்மாவின் அழகிய உருவம் நான்கு சட்டத்துக்குள் பெரிய மாலை போட்டுக்கொண்டு கூடத்தில் சிரித்துக் கொண்டிருக்கிறது. அவளது ஆன்மாவும் அதே மாதிரி சிரித்துக்கொண்டிருக்கும் என்று தோன்றியது சுதாவுக்கு.

அம்மாவின் கடைசி ஆசையை நிறைவேற்றி விட்ட திருப்தி மனத்தை நிறைத்தது.

அம்மா தனது உள்ளக் குமுறல்களை நேர்முகமாக வாய்விட்டுச் சொல்லாவிட்டாலும் அந்தக் கடிதத்தில் வடித்திருந்தாள்.

முதலில் அந்தக் கடிதத்தைப் படித்தபோது அவளுக்கு அதிர்ச்சியாக இருந்தது. தன் மனத்தில் தான் கற்பித்துக் கொண்ட

பயங்கரங்கள் எத்தனை அர்த்தமற்றவை என்று புரிந்தது. கடைசியில் தன்னுடைய குழந்தைத்தனமான உணர்ச்சிகளை நினைத்து ‘ஓ’வென்று சிரிக்கவேண்டும் போல்கூட இருந்தது.

* * *

அத்தியாயம் 21

'**சு**தா, நீ வரும் வரையில் நான் இருப்பேனோ மாட்டேனோ என்கிற பயத்தில் இந்தக் கடிதத்தை எழுதுகிறேன். இந்த வியாதி அப்படிப் பட்டதாம். எப்பொழுது முடிவு வரும் என்று சொல்ல முடியாது.'

அதற்கு முன்னால் என்னைப் பற்றிய சில விஷயங்களை உனக்கு அவசியம் தெரிவிக்க வேண்டும் என்று எனக்குத் தோன்றுகிறது.

தெரிந்தால்தான் உனது மணவாழ்க்கை ஆரோக்கியமானதாக இருக்கும் என்று எனக்குத் தோன்றுகிறது...

நான் சாஸ்திரோக்தமாகப் பெற்றோர் பார்த்துச் செய்வித்த திருமணத்திலிருந்து விலகிக் கொண்டேன்; சட்டத்தின் சம்மதத்துடன். தர்மநியாயப்படி அது சரியா தப்பா என்பது ஆண்டவனுக்குத்தான் தெரியும். ஆனால் அப்போதைய எனது மனநிலையில் நான் செய்ததே சரி என்று எனக்குப்பட்டது. என் மனத்திலிருப்பதைச் செயலாற்ற எனக்கு எங்கிருந்து அப்பொழுது அத்தனை தைரியம் வந்தது என்று இப்பொழுது நினைத்தால் புரியவில்லை. அத்தனை ஆழமாக என் மனத்தில் சில லட்சியங்கள் அப்பொழுது வேரூன்றியிருந்தன..."

அம்மாவின் கடிதத்தை அவள் தொடர்ந்து படித்தாள்.

***

"ஆரம்பத்திலிருந்தே எனக்கும் உன் அப்பாவுக்கும் எந்தவிதப் பொருத்தமும் இருக்கவில்லை. அவர் என் அழகில் மயங்கித்தான் கல்யாணம் செய்துகொண்டார் என்று எனக்கு புரிந்தது. அவர் பணக்காரர், பெண்ணை நன்றாக வைத்துக் கொள்வார் என்று என் அப்பாவும் கொடுத்தார். நீ ஆழ்ந்து சிந்தித்துப் பார்த்தால் நமது சமூகத்தில் கல்யாணம் என்பது வெறும் வியாபாரம்தான் என்று புரிந்து கொள்வாய். நானும் அந்த ஒப்பந்ததைச் சிறப்பாகக் கடைப்பிடிக்கத்தான் முயன்றேன். நல்ல மனைவியாக, அவர் முகம் கோணாதபடி என் மனத்தில் தோன்றும் ஏமாற்றங்களை, ஏக்கங்களை உடனுக்குடன் விழுங்கிக் கொள்ளத்தான் முயன்றேன். துரதிர்ஷ்டவசமாக நான் மிகவும் தீவிரமாகச் சிந்திக்கும் இயல்புடையவளாக இருந்தேன். எனக்கென்று சில லட்சியங்கள் அபிலாஷைகள் மனத்தில் வேரூன்றிப் போயிருந்தன அதனால் நாள் செல்லச் செல்ல உன் அப்பாவுக்கும் எனக்கும் அடிப்படையிலேயே இருந்த கருத்து வேற்றுமைகள் மிகப் பெரியவைகளாக விசுவரூபமாகத் தோன்றி இருவருக்குமிடையே ஒரு பெரிய இடைவெளி விழுந்திருந்தது. வெளி உலகத்தாருக்கு அவர் லட்சிய புருஷன். ஒரு சிறு கெட்ட குணம்கூட இல்லாத சீலமுள்ளவர். சமூகத்தில் ஒரு பெரிய புள்ளி. இதைவிட என்ன வேண்டும் ஒரு பெண்ணுக்கு என்று அப்பொழுது எல்லோரும் கேட்டார்கள், இப்பொழுதும் கேட்கிறார்கள், திருமணத்தை வியாபாரம் என்று கருதுவதால்... பெண்ணின் மனசுக்கு யாரும் முக்கியத்துவம் கொடுக்காததால்..."

சுதா, நீ இலக்கியம் படித்தவள்; சுயமாகச் சிந்திக்கும் திறனுடையவள். நான் சொல்வதைப் புரிந்துக்கொள்வாய் என்கிற நம்பிக்கையில் சொல்கிறேன். ஒரு திருமணத்தின் வெற்றிக்கு வெறும் பொருளாதார நிலையோ, ஸோஷியல் ஸ்டேடஸோ காரணமாவதில்லை.

இரண்டு உள்ளங்கள் சங்கமித்துவிட்டால் எந்த பிரச்னையும் பெரிய பிரச்னையில்லை. தீய பழக்கங்கள் இருந்தால்கூட

ஆன்மாவை அது பாதிக்காது. அன்பு - தோழமை என்கிற அஸ்திவாரம் இருந்தால் அந்த அஸ்திவாரமே நல்வழிப்படுத்தத் தெம்பளிக்கும். ஆனால் அந்த பரஸ்பர உணர்வு இல்லாவிட்டால்...?

வெறும் உணவுக்குள், உடைக்குள், உடலுறவுக்குள் தாம்பத்தியம் அடங்கி விடாது! அதற்கும்மேல் ஓர் ஆன்மிக சங்கமம் வேண்டும். சராசரி மட்டத்துக்கும் மேல் இருக்க நினைப்பவர்களுக்கு அது மனிதாபிமானத்தின் அடிப்படையில்தான் ஏற்பட முடியும்.

மனைவியை மனுஷியாகப் பார்க்கும் மனசு... மனிதாபிமானத்தோடு பார்க்கும் மனசு... நிச்சயம் உன் அப்பாவுக்கு இருக்கவில்லை. ஒரே பிள்ளையாய், வம்ச வம்சமாய் மனைவியை ஆட்டிப் படைத்தே வழக்கமாகிப்போன குடும்பத்தில் வளர்ந்தவருக்கு மனைவி என்பவளுக்கும் மனம் ஒன்று உண்டு ஒன்று புரிந்துக்கொள்ள முடியவில்லை. அதுவும் மிக மெல்லிய உணர்வுகள் கொண்ட பெண்ணாக இருக்க முடியும், என்று புரிந்துக்கொள்ள முடியாத அல்லது விரும்பாத ஆணவம், சுயநலம் இருந்தது. அவரைச் சுற்றித்தான் உலகம் சுழன்றது. அவருக்கு அவரது ஆசைப்படி, விருப்பப்படி அதில் எதையும் எனக்காக, என் சௌகரியத்துக்காக விட்டுக் கொடுக்கும் பெருந்தன்மை அவரிடம் இல்லை. அவர் என்னை மணந்துக்கொண்டதே எனக்கு அவர் செய்த மிகப்பெரிய உபகாரமாக அவர் நினைத்தது மட்டுமில்ல. நானும் அப்படி நினைக்க வேண்டும் என்று அவர் விரும்பினார். இது என்னுடைய தன்மானத்துக்கு மிகப்பெரிய அடியாக இருந்தது. அவர் தனது எண்ணங்களைத் தீவிரமாக வலியுறுத்துகையில், இரக்கமில்லாமல் செயல்படுத்துகையில், என் மனத்தில் அன்பிருக்க வேண்டிய இடத்தில் பயம்தான் இடம்பெற ஆரம்பித்தது. அவரது வெறும் வார்த்தைகளுக்கு உயிரைக் கொல்லும் சக்தியிருந்தது. என்னையே நான் மிகவும் ஈனமாக நினைக்கத் தூண்டும் கொடுமை இருந்தது. அவர் என்னை

அடிக்கவில்லை, உதைக்கவில்லை. ஆனால் அவருடைய கடுமையான சொற்களைக் கேட்டே நான் பலமுறை செத்துவிட்டேன். அப்பொழுது இரண்டு உள்ளங்களின் சேர்க்கையில்தான் உண்மையான சங்கமம் இருக்க முடியும் என்கிற எண்ணம் விசுவருபமாக மனத்தில் பொங்குகையில் ஒரு நிராசை நெஞ்சைக் கவ்வும். உள்ளங்கள் சேராவிட்டால் அந்த வாழ்வு எப்படி இருக்கும்? காற்றில் வைக்கப்பட்டிருக்கும் தீபம் மாதிரி இருக்கும். சுயகௌரவத்தைக் காத்துக் கொள்ள வேண்டுமானால் தீபத்தை இரண்டு கைகளாலும் மூடிக் கொள்கிற மாதிரி மனத்தை நன்றாக மூடிக் கொண்டு விடவேண்டும்...

நான் அப்படித்தான் மூடிக்கொள்ளப் பழகிக் கொண்டிருந்தேன். சராசரி இந்தியப் பெண் மாதிரி. என்னுடைய வாழ்வும் சாரமில்லாத வண்ணமில்லாத வாழ்வாக, ஒரு பேச்சுக்கு இடமில்லாத வாழ்வாகப் போயிருக்கும். கிருஷ்ணன் மட்டும் இடையே குறுக்கிடாமல் இருந்திருந்தால். கிருஷ்ணன் உன் தந்தைக்கு சிநேகிதமாகி நம் வீட்டுக்கு வர ஆரம்பித்தார். அவருடைய அமரிக்கையான பண்புமிக்க பேச்சில், சுபாவத்தில், நான் என்னையறியாமல் ஈர்க்கப்பட்டேன். அவர் பேச்சைக் கேட்கக் கேட்க அவரது கருத்துக்களும் என்னுடைய கருத்துக்களும் ஒரே மாதிரியிருப்பதைப் பற்றி மனசு தீவிரமாக நினைக்க ஆரம்பித்தது. அவர் என்னை வெறும் ஒரு பெண்ணாக நினைக்காமல், மனுஷியாக மதித்துப் பேசுகையில், முதல் முறையாக நான் மலர்வதைப் போல் ஓர் உணர்வு என்னுள் ஏற்பட ஆரம்பித்தது. உன் அப்பாவுடன் தோன்றாத ஒரு தோழமை அவரிடம் எனக்கு ஏற்பட்டபோது என் மனத்தில் அது அவ்வளவு வேரூன்றிப் போகும் என்று அப்பொழுது தெரியவில்லை. நாள் ஆகஆக அவரே என் மனத்தை ஆக்கிரமித்து விட்டதை உணர்ந்தபோது நான் முதலில் பயந்துதான் போனேன். அத்தகைய உணர்வுகளே பாவமான எண்ணங்கள் என்று. வேரூன்றிப் போன பயம்,

அத்தகைய எண்ணங்களுக்கே இடம் கொடுக்கக் கூடாது என்று நான் எவ்வளவோ முயன்றேன். நான் அடக்க அடக்க அது பீரிட்டுக் கொண்டு கிளம்புவதும், எனக்கும் உன் அப்பாவுக்கும் இடையே இருந்த இடைவெளி நீண்டு கொண்டே போவதும் என்னால் நன்றாக உணர முடிந்தது. எனக்குள் ஏற்பட்ட போராட்டத்தை யாராலும் உணர்ந்து கொள்ள முடியாது - என்னுடைய மன நிலையை அனுபவித்தவர்களைத் தவிர, மனத்தின் ஒழுக்கத்துக்கும் உடலின் ஒழுக்கத்துக்குமிடையே தோன்றிய போராட்டம் மனத்திற்கு ஏற்காத புருஷனுடன் வெறுப்பை வளர்த்துக் கொண்டு, மனைவியாகத் தன்னையும் ஏமாற்றிக்கொண்டு, உலகத்தையும் ஏமாற்றிக் கொண்டு வாழ்வதா. இல்லை கணவனை விட்டு விலகித் தைரியமாக விரும்பினவனோடு போவதா? சமூக ஏச்சுக்கு, வம்புக்குப் பயந்து உடல் ஓரிடத்தில், உள்ளம் ஓரிடத்தில் வைத்துப் போலி வாழ்க்கை வாழ்வதா? இல்லை, நிஜம் என்று மனசு நினைக்கும் வாழ்வை ஏற்றுக் கொள்வதா? எது சரி? எது தப்பு? அன்றைய எனது மனநிலையில் போலி வாழ்வு வாழ்வது மிக அசிங்கமான செயலாகப்பட்டது. விரும்பாத ஒருவருடன் மனைவி என்கிற நிர்ப்பந்தத்தில் உடலுறவு கொள்ளும்போது நான் என்னையே கேவலப்படுத்திக் கொள்கிற மாதிரி என் பெண்மையையே அவமதித்துக் கொள்கிற மாதிரி நான் துடித்துப் போவேன். பத்தினித்தனம் என்பதெல்லாம் அன்பின் அடிப்படையில் எழுவதுதான் என்று தோன்றும். அத்தகைய அடிப்படை இல்லாவிட்டால் அது வேசித்தனம் என்று தோன்றும்... நான் ஒரு நூற்றாண்டுக்குப் பின்னால் பிறந்திருக்க வேண்டியவள் அன்று என் நிலையைப் புரிந்துக்கொள்ள யாருமே முயலவில்லை கிருஷ்ணனைத் தவிர. ஏனென்றால் அவருக்கு என்மேல் உண்மையான ஆழமான அன்பிருந்தது. அந்த அன்பின் படத்தில்தான் நான் உன் தந்தையிடமிருந்து விலகத் தீர்மானித்தேன். வாஸ்தவத்தில் சுதா, உன் அப்பாவுக்கும் எனக்கும் ஏற்பட்ட முடிச்சே தவறான முடிச்சு என்று நான்

நினைக்கிறேன். விவாகரத்து கிடைத்த பிறகு என் மனத்தில் பட்ட நிம்மதியை யாராலும் புரிந்துக்கொள்ள முடியாது...

சுயநலமில்லாத அன்பைச் செலுத்தத் தெரியாத உன் அப்பாவின் நிழலில் நீ வளரக்கூடாது என்று ரொம்பத் தீர்மானமான எண்ணம் இருந்தது எனக்கு. உன்னைவிட்டுப் பிரிய எனக்குத் துளியும் இஷ்டமில்லை. நீ என்னுடன் இருப்பதைப் பற்றி உன் அப்பாவுக்கு எந்தவித ஆட்சேபமும் இருக்கவில்லை.

போலி வாழ்க்கையே வாழ்ந்து பழக்கப்பட்டுப்போன உன் அப்பா, சமூக வம்பு, குல கௌரவம் போன்றவற்றிற்கு ரொம்ப மதிப்புக் கொடுத்தார்.

நான் பிடிவாதமாக இருப்பதைக்கண்டு என்மேல் புரளியைக் கிளப்பிவிட்டுக் கடைசியில் விலகிக்கொண்டார்.

அந்த நாளில் நான் அத்தனை பிடிவாதமாக அப்படி ஒரு காரியம் செய்ய வேண்டுமென்றால், போலி வாழ்வு என் மனத்தில் எத்தனை கசப்பை உண்டு பண்ணியிருக்கும் என்று நீ உணர்ந்து கொள்வாய். வெளியேறியிருக்காவிட்டால் ஒரு வேளை நான் பொறுக்கமுடியாமல் தற்கொலை செய்து கொண்டிருப்பேன். கிருஷ்ணனுடன் ஏற்பட்ட பிணைப்பு ஆண்டவனின் கருணையினால் நம்மிருவருக்கும் கிடைத்த புகலிடம் என்று நான் நினைத்தேன். ஆனால், துரதிர்ஷ்டவசமாக என்னுடைய செய்கை உன்னை என்னிடமிருந்து எட்டாத தொலைவிற்குத் துரத்திவிட்டது. உனக்கு அப்படிப்பட்ட அதிர்ச்சி ஏற்படும் என்று எனக்குத் தோன்றவில்லை. தோன்றியிருந்தால் நான் நிச்சயம் கிருஷ்ணனை மணந்திருக்க மாட்டேன். ஏனென்றால் நீ நினைத்த மாதிரி எங்களிருவரிடையே ஏற்பட்டிருந்த அன்பு வெறும் உடற்கவர்ச்சியினால் ஏற்பட்டதல்ல அதற்கும் அப்பாற்பட்டது, உன் மனத்தில் ஏற்பட்டிருந்த விகாரத்தில் எங்கள் உறவை நீ மிகவும் அருவருப்பாக சிந்தித்தாய். நாங்கள் உனக்காக ஓர் அன்புச் சுரங்கத்தைக் காட்டக்காத்திருந்தோம்.

எங்களுக்கு அந்த சந்தர்ப்பத்தையே நீ கொடுக்கவில்லை. உன் மனசில் வளர்த்துக் கொண்ட வெறுப்பினால்...

யாரைச் சொல்லியும் குற்றம் இல்லை. இந்த சமூகம் வளர்ந்த விதமே அப்படி, பெண்கள் இருக்கும் இடமே தெரியாமல் இருந்தால்தான் மதிப்பு. அவளது ஊமைக் கோபத்துக்கு ஒரு வடிகால் கிடைத்துவிட்டால் யாருக்கும் அதன் சக்தியைத் தாங்கத் தெம்பில்லை!

இந்த எண்ணம் எப்பொழுது மாறும்? இளைய தலைமுறையைச் சேர்ந்த உன் எண்ணமாவது மாறுமா? என் செய்கையினால் உன் தாத்தா அதிர்ச்சி அடைந்து சீக்கிரம் இறந்து போனார் என்பது உண்மைதான். என்னுடைய அந்தப் பாடத்துக்கான தண்டணையை நான் இந்த ஜன்மத்திலேயே - உன்னிடமிருந்தே அனுபவித்து விட்டேன்.

இந்த விஷயங்களையெல்லாம் நான் உன்னிடம். சொல்ல வேண்டிய அவசியமில்லை. ஆனால் இதெல்லாம் சொன்னாலாவது உன் மனத்திலிருக்கும் நிழல்கள் விலகிப் பிரகாசம் ஏற்படுமா என்று எனக்கு ஓர் ஆசை...

"பிரபாகர் மிக நல்லபிள்ளை. எந்தவித மனக்கிலேசமும் இல்லாமல் அவனிடம் அன்பு செலுத்த. இரண்டு மனங்கள் ஐக்கியமாகி அங்கு பிறக்கும் அன்பின் வலிமைக்கு எல்லையேயில்லை. இது என் அனுபவம்...!"

கடிதத்தை எத்தனையோமுறை படித்தாயிற்று. அம்மாவின் கடிதத்தில் ஒரு கசப்பு இழையோடுவதைப் போல் இருந்தது. சாதாரணமாகப் பெற்ற பெண்ணிடம் யாரும் சொல்லத் தயங்கும் வார்த்தைகளைச் சொல்ல வேண்டியிருக்கிறதே என்று வருந்துகிற மாதிரி... அவளால் ஏற்பட்ட கசப்பு. அவள் மட்டும் சற்று விவேகத்தோடு நடந்திருந்தால் அவர்களது வாழ்வே சுவர்க்கமாகிப் போயிருக்கும். அம்மா தைரியமாக நியாயம் கோரி விலகிக்கொண்டதை யாரும் புரிந்து கொள்ளவில்லை.

மேலும் தன் மனத்துக்குப் பிடித்த ஒருவரைச் சட்டப்படி மணந்து கௌரவமாகவாழ முற்பட்டும் சமூகம் அவளைக் கண்யமான பிரஜையாக ஏற்கவில்லை சமூகம் அவளை ஏற்காதது அவளைப் பாதித்திருக்காது. பெற்ற பெண்ணே ஏற்காததுதான் அவளை எவ்வளவு பாதித்திருக்கும் என்று இப்பொழுது புரிகிறது.

கிருஷ்ணன் கூடத்தில் சிலையாய் உட்கார்ந்திருக்கிறார். அம்மாவின் படத்திற்கு முன்னால் துக்கம் விசாரிக்க வருபவர்கள் எதிரிலெல்லாம் குழந்தையைப் போல் அவர் அழுவதை, உடைந்து போவதைப் பார்க்கும்போது பரிதாபமாக இருக்கிறது. எத்தகைய அன்புப் பிணைப்பு இருந்திருக்க வேண்டும் இவருக்கும். அம்மாவுக்குமிடையே என்று பிரமிப்பேற்படுகிறது. துக்கம் விசாரிக்க வந்த வண்ணமாகவே இருக்கிறார்கள். இப்பவும் வாசலில் ஏதோ கார் நிற்கும் ஓசை கேட்கிறது. அந்தராத்மா மட்டும் ஒருத்தரின் வரவையே எதிர்நோக்கி நிற்கிறது நாட்களை எண்ணிக்கொண்டு...

"சுதா!"

அவள் சட்டென்று திரும்பிப் பார்த்தாள்.

பிரபாகர் அவளருகில் வந்து நிற்கையில் அவளாகவே அவனது கைகளைப்பற்றித் தன்னுடையதில் கோத்துக் கொண்டாள். கண்களிலிருந்து நீர் வரவில்லை. திடீரென்று மனசுக்கு ஒரு முதிர்ச்சி ஏற்பட்டுவிட்ட மாதிரி இருந்தது.

"அம்மா சாகிற சமயத்தில் நிம்மதியாகப் போனாள், பிரபாகர்! நான் வந்ததைப் புரிந்துகொண்டு..." நான் அம்மா என்று கூப்பிட்டதைப் புரிந்துக்கொண்டு... அவளுக்குத் தொண்டையை அடைத்தது.

அவன் அவளை அணைத்தபடி முதுகைத் தட்டினான். அந்த அரவணைப்பில் அவள் அம்மாவின் கடிதத்தைப் பற்றிச் சொன்னாள். அவள் பலவித சிந்தனைகளால் பேசாமல் இருந்தாள். அவள் தொடர்ந்து பேசிக்கொண்டே போனாள்.

"அம்மாவை மரணப்படுக்கையில் பார்த்தபோது, கிருஷ்ணனின் நிலையைப் பார்த்தபோது நீங்கள் சொன்னீர்களே, அவர்களது அன்பில் ஒரு தெய்வீகத்தன்மை இருக்கிற மாதிரி அப்படித்தான் எனக்கு அப்பொழுது தோன்றிற்று. ஒருவர் சொல்லிக் கற்றுக் கொடுக்க முடியாத எவ்வளவோ விஷயங்கள் அந்தக் கணத்தில் புரிகிற மாதிரி இருந்தது... அவன் செய்தது சரியா தப்பா என்று எடைபோட எனக்கு அருகதையில்லை... ஆனால் அவர்களது அன்பை உணர்ந்த பாத்திரத்தில் எனக்கு என்ன தோன்றிற்று தெரியுமா, பிரபாகர்?"

"என்ன?"

"கற்பு என்பது வெறும் உடற் சம்பந்தப்பட்டது இல்லை என்று புரிந்தது. அது ஓர் ஒழுக்கநிலை. உள்ளமும் ஓரிடத்தில் ஐக்கியமாகிப் போகும் போதுதான் அந்த ஒழுக்கத்துக்கு ஒரு புனிதம் ஏற்படுகிறது. அத்தகைய உணர்வு என் அப்பாவோடு வாழ்ந்தபோது என் அம்மாவுக்கு இருந்திருக்காது என்று தோன்றுகிறது. கிருஷ்ணனுடன் வாழ்வைத் தொடங்கிய பிறகுதான் ஒரு முழுமையை உணர்ந்திருப்பாள் என்று தோன்றுகிறது... முதலில் ஏற்பட்டது தப்பான முடிச்சு...!

பிரபாகர் சிரித்தான், "நான் விவாதிக்கப் போவதில்லை. காலம் மாறும்போது எண்ணங்களும் மாறுகிறது சுதா! ஒரு குறிப்பிட்ட சந்தர்ப்பத்தில் எல்லா காலங்களிலும் மனிதர்கள் ஒரே மாதிரி 'ரியாக்ட்' செய்வதில்லை. இதை நாம் கொஞ்சம் கருணையோடு யோசித்துப் பார்த்தால் மனிதர்களைப் புரிந்துக்கொள்ளலாம். மிஸ்டர் போஸ் சொன்னமாதிரி மனிதாபிமானம் என்பதுதான் அடிப்படைத் தேவை..."

அவன் சட்டென்று ஞாபகம் வந்தவன்போல், "இதைப் புரிந்துக்கொண்ட இன்னொருவர்கூட இருக்கிறார். உனக்காக இப்பொழுது கூடத்தில் காத்துக்கொண்டிருக்கிறார்... தயவுசெய்து அவரைப் போய்ச் சந்திக்கிறாயா?"

அவள் திடுக்கிட்டு, "யாரை?" என்றாள்.

"என் அப்பாவை...! அவருக்குச் சொந்தமாகவே எஸ்டேட்டுகள் இருப்பதுதான் உனக்குத் தெரியும். அவருக்குச் சொந்தமாக ஒரு இருதயம் கூட இருப்பது தெரியுமா?"

அவன் அவள் கையைப் பிடித்தபடி கூடத்திற்கு அழைத்துச் செல்கையில் அவளுக்கு எங்கேயோ படித்த வார்த்தைகள் ஞாபகத்துக்கு வந்தது.

சில நேரங்களில் மனிதர்கள் கொடுமையாக இருப்பார்கள்; ஆனால் மனிதன் காருண்யம் மிக்கவன்...

தனிமனிதர்கள் கொண்டதுதான் இந்த சமூகம்... இதில், தனது தனித்தன்மையைக் காட்ட அவன் தயங்கத் தேவையில்லை... ஏனென்றால் ஒவ்வோர் உடலுக்குள்ளும் ஓர் இருதயம் இருக்கிறது. தனியாக இயங்கும் மனம் இருக்கிறது... மனிதர்கள் புரிந்துகொள்ளாவிட்டாலும், மனிதன் புரிந்துக்கொள்வான். மனிதனின் இந்தக் காருண்யம்தான் மனிதாபிமானம்தான் சமூகத்தின் அஸ்திவாரம்...

—— முற்றும் ——

www.ingramcontent.com/pod-product-compliance
Lightning Source LLC
LaVergne TN
LVHW090412051026
849518LV00006B/2321
* 9 7 8 9 3 5 6 9 5 1 0 0 6 *